கவிஞயம்

ஸ்ரீநேசன்

யாவரும் பப்ளிஷர்ஸ்

கவிஞயம் *(கட்டுரைகள்)*
ஆசிரியர்: ஸ்ரீநேசன் ©

முதல் பதிப்பு: பிப்ரவரி 2022

வெளியீடு: யாவரும் பப்ளிஷர்ஸ்
தொடர்பு: 9042461472, 9841643380
editor@yaavarum.com, www.yaavarum.com

பக்கங்கள்: 152
விலை: ரூ.180

Kavignayam
by SreeNesan ©

First Edition : February 2022
Published by :
Be4books
M/s. Yaavarum Publishers
24, Shop no - B, S.G.P Naidu Complex,
Dhandeeswaram Bus Stop
Opp: Bharathiar Park
Velachery Main Road
Velachery, Chennai - 600 042
Contact : 9042461472, 9841643380
editor@yaavarum.com, www.yaavarum.com

Pages: 152
Price: INR 180

ISBN : 978-93-92876-516

Designer: G.Murugan

முன்னுரை

கவிதைகள் வாசிப்பதிலும் எழுதுவதிலும் விருப்பம் உடையவன் நான். கட்டுரைகள் எழுத அவ்வளவுக்கு ஆர்வப்பட்டதில்லை. ஆனாலும் ஒரு நூலாக வருமளவு அவ்வப்போது எழுதியிருக்கிறேன். இவை அனைத்தும் கவிதைகள் குறித்தனவாய் இருந்ததால்தான் இது சாத்தியமாகியிருக்கிறது. அப்படியும் வாசித்த எல்லா கவிதை நூல்கள் குறித்தும் எழுதிவிடவில்லை; பிடித்த எத்தனையோ தொகுப்புகள் இருந்தனவெனினும். பத்திரிகைக்குத் தேவையென நண்பர்கள் கேட்டதனால் எழுதியவைதாம் பல. கணிசமானவை கல்குதிரைக்காகவும் புது எழுத்துக்காகவும் எழுதப்பட்டவை. சில, இலக்கிய விமர்சன அரங்கில் வாசித்துப் பின்பு பிரசுரமானவை. கவிதைத் தொகுப்புகளின் முன்னுரையாய் பின்னுரையாய் பின்னட்டைக் குறிப்பாக வந்தவை மற்றவை.

கட்டுரையாக எழுதாமல் பேசிவிட்டு வந்தவை சில காற்றில் இருக்கலாம். தபசியின் ‘மயன் சபை’, ஸ்ரீசங்கரின் ‘தொலைவற்ற கடலின் குரல்’, கடற்கரய்யின் ‘கண்ணாடி கிணறு’, ரமேஷ் பிரேதனின் ‘பன்றிக் குட்டி’, எம்.டி.முத்துக்குமாரசாமியின் ‘நீர் அளைதல்’, இசையின் ‘சிவாஜிகணேசனின் முத்தங்கள்’ ஆகியன நினைவில் வருகின்றன. இவையும் கவிதை நூல்கள். அல்லாத பிற, பா.வெங்கடேசனின் ‘தாண்டவராயன் கதை’, பெருமாள் முருகனின் பீக்கதைகள், மாதொருபாகன் ஆகியவை. மயன் சபை மற்றும் பன்றிக்குட்டி இரண்டும் குறித்துக் கரிகாலனின் களம்புதிது அமைப்பில் பேசினேன். பிற சேலம் வே. பாபு அழைப்பில் தக்கை அமைப்பில் பேசியவை. மனோன் மணியின் கலவரம் தொகுப்புக்கு எழுதி வெளியான கட்டுரை அகப்படவில்லை. விமர்சன அரங்கொன்றில் வாசித்த ஆ. அமிர் தராஜ் கவிதைகள் மீதான கட்டுரை, கைப்பிரதி வைத்துக் கொள்ளாமல் பிரசுரத்துக்குத் தந்த இடத்தில் தொலைந்தது. இவற்றில் அதிகமானவை, நூல் விமர்சனமாகவோ அல்லது மதிப்புரையாகவோ எழுதப்பட்டிருப்பதை வாசிப்போர் கவனிக்கலாம்.

கட்டுரைகள் அதிகம் எழுதாமைக்கு இன்னொரு காரணம் நான் பெருமை கொள்ளவியலாத கல்விப் புலத் தன்மை

யிலான ஆய்வுக்கட்டுரையின் தொனியை அவை கொண்டு விடுவதாலும். பல்லாண்டுகள் ஆய்வு மாணவனாக இருந்ததன் கைம்மாறாக இதை ஏற்றுக்கொண்டுவிட்டேன். அப்படி எழுதுபவையும் சற்றதிக உழைப்பைக் கோரவே செய்கின்றன. ஒரு கவிதை நூலை சுயவிருப்பத்துக்கு வாசிப்பதற்கும் கட்டுரை எழுத வாசிப்பதற்கும் நேர்முரணான அனுபவத்தை நான் அடைவதுண்டு. சுய வாசிப்பில் ஒரு கவிதை என்னைக் கவர்ந்தது எனில் அதன் காரணத்தைக் குறித்து நான் யோசிக்கத் தேவையிருப்பதில்லை. இன்னுமொருமுறை அக்கவிதையை வாசித்து மகிழ்ந்துகொள்ளலாம். ஆனால் கட்டுரையெனிலோ அதன் காரணத்தைக் கூறவோ விளக்கவோ வேண்டி வருகிறது. அது எனக்கு ஓர் அசாதாரணப் பணியே.

இருப்பினும் எழுதப்பட்ட இவையனைத்துமே முழு ஈடுபாட்டுடன் எழுதப்பெற்றவைதாம். எழுதப்பெற்ற காலத்தில் இவை நூல் வடிவம் பெறும் என்ற நினைப்பேதும் இருந்ததில்லை. அதன் பிறகு எப்போதேனும் அந்த உந்துதல் எழும்போது மீண்டும் பத்திரிகைகளில் கட்டுரைகளைத் தேடும் நினைப்பே ஆயாசமூட்டியது. இதுவே தோதான சமயம் போலும். என்னுடைய புதிய இரு கவிதை தொகுப்புகளோடு முதலிரு தொகுதிகளும் மறுபதிப்புக் காணும் இத்தருணம் கட்டுரை நூலையும் தொகுத்து வெளியிட ஒரு வழியேற்படுத்தியிருக்கிறது. பல்லாண்டுகளாகத் தூர்ந்து கிடந்த நிலையிலிருந்து மீண்டு நிகழ்ந்த மனத் திறப்பே இதற்கெல்லாம் காரணம்.

இரண்டாயிரத்துக்குப் பிறகு வெளிவந்த புதிய கவிதை தொகுதிகள் குறித்தே அவ்வவை வெளிவந்த சமயத்தில் அவற்றை கவனப்படுத்தவதை நோக்கமாகக் கொண்டே இக்கட்டுரைகள் எழுதப்பெற்றன. கவிதை நூல் அல்லாத எஸ். சண்முகத்தின் ‘கதைமொழி’ மற்றும், ஐதராபாத் இலக்கிய நிகழ்வு குறித்தும் கட்டுரைகள் இத்தொகுப்பில் சேர்க்கப்பட்டுள்ளன. அவையும் கவிதைகளோடு தொடர்புடைவை என்பது எதேச்சையானது. இருபது ஆண்டு தமிழ் நவீன கவிதையின் வரலாற்றுச் சரடொன்றின் ஓர் இழை இக்கட்டுரைகளின் ஊடே ஓடுவதைக் காணலாம். இப்போதுதான் இவை தொகுக்கப்படுகின்றன என்

பதனால் கடந்த இருபதாண்டு காலம் கவிதை வாசகர்களாக இருந்தவர்களுக்கு இவை கடந்து வந்ததைப் திரும்பிப்பார்க்கும் அனுபவத்தை வழங்கலாம். புதிய கவிதை வாசகர்களுக்கு நவீன கவிதை பயணப்பட்டு வந்ததன் தடயத்தை உணர்த்தலாம். விமர்சகனாக இல்லாமல் சக கவிஞனாகவே இக்கட்டுரைகள் எழுதப்பெற்றுள்ளன. கவிதைகள் எழுதுவதற்கு எப்போதும் எந்தவொரு கோட்பாட்டையும் நான் வைத்துக்கொண்டதில்லையோ அதே போல்தான் கட்டுரைகள் எழுதும் போதும் எவ்வொரு கொள்கையையும் இக்கட்டுரைகள் வலியுறுத்தவில்லை. கவிதை வாசகனாக இருந்து வாசித்த நூல்கள் குறித்த என் ரசனை அடிப்படையிலான மதிப்பீடுகளைத் தேவைப்படும் இடங்களில் விமர்சனத் தொனியுடன் பகிர்ந்து கொண்டுள்ளேன் அவ்வளவுதாம்.

ஸ்ரீநேசன்
sreenesan1966@gmail.com

தம் 'தக்கை'யில் வெளியிட விரும்பி
இடையில் விடைபெற்ற
நண்பன் வே. பாபுவுக்கு
இந்நூல் காணிக்கை.

பொருளடக்கம்

1. இரண்டாயிரத்தாறில் தமிழ்க் கவிதை 9
2. சங்கரராமசுப்ரமணியனின் "காகங்கள் வந்த வெயில்" 29
3. சில வாக்கியங்களின் இடைவெளிகளில்தான் எப்போதும் நான் கவிதைகளைத் தவறவிடுகிறேன் 32
4. ஐந்திணையில் அலைவுறும் நவீன கலை மனம் 39
5. எஸ். சண்முகத்தின் "கதைமொழி" 44
6. ஏழாம் நூற்றாண்டின் குதிரைகள்: இருபத்தோராம் நூற்றாண்டின் தமிழ்க்கவிதை வெளியில் 51
7. மென் நுங்கும் வன் கருக்குமான கவிதைகள் 57
8. அறிவியலும் அரசியலும் குழந்தைகளும் (பாம்பாட்டிச்சித்தனின் இஸ்ரேலியம் கவிதைத் தொகுப்புள்) 65
9. தலைப்பிரட்டை பேசும் பட்டாம்பூச்சியாகும் விந்தை 72
10. ஐதராபாத் இலக்கிய விழா 2010 76
11. தமிழ்க் கவிதை தேங்கிவிட்டதா? 83
12. சுவர் முழுக்க எறும்புகள் பரபரக்கின்றன: எளிய ஆனால் சலனமூட்டும் கவித்துவம் 86
13. பழகிக் கிடந்த நதி: பழகிக் கிடந்த கவிதைகள் 88
14. நீர் வண்ணச் சிற்பங்கள்: தனித்துவமற்ற வழமை 89
15. ஒற்றைக் கனவும் அதை விடாத நானும்: அடுக்கப்பட்ட கவிதைகள் 90

16. ஆயிரம் தலைமுறைகள் தாண்டி:
    குலசேகரன் கவிதைகள் குறித்து 91
17. ரா.ஸ்ரீனிவாசனின், "கணத்தோற்றம்" 97
18. அகச்சேரனின், "அன்பின் நடுநரம்பு" 99
19. வே.பாபுவின், "மதுக்குவளை மலர்' 100
20. பன். இறையின்,
    "பருந்துகளைப் போலான தேன்சிட்டுகள்" 102
21. ஒரு கவிஞனாக இருப்பது
    பல நிலைகளிலும் துயரமானது 104
22. குற்றவுணர்வின் பிதற்றலும்
    ஆற்றாமையின் பதற்றமும் 107
23. செவ்வியல் பிரதியாய் உருமாறிக்கொண்டிருப்பவர் 110
24. அகத்தை நொறுக்கியெடுக்கும் ஆய்வும் வியப்பும்:
    ஓர் இளம் கவிஞனின் உருவாக்கத்தில் 118
25. அலைக்கழிப்பு மனந்திரிந்த நிலப்பரப்பு:
    இருமைகளில் ஊடாடும் சூர்பதி கவிதைகள். 122
26. பூக்கடையில் அமர்ந்திருந்த அனிச்சமலர் 131
27. நாம் சந்தோஷின், "சொல் வெளித் தவளைகள்" 137
28. தி.கு.ரவிச்சந்திரனின், "துளியின் துளித்துளி" 138
29. மு.முகம்மது அலி ஜின்னாவின்
    "நாக்குத் தொட்டில்" 139

இரண்டாயிரத்தாறில் தமிழ்க் கவிதை

புதுக்கவிதை என்ற சொல்லாட்சி இன்று முற்றிலும் மறைந்து விட்டது. நாம் அறியாமலேயே இது நிகழ்ந்திருக்கிறது. யோசித்தால் சற்று விநோதமாகக்கூட இருக்கிறது. 'நவீன கவிதை' என்ற பிரயோகம் இன்று பரவலாகப் புதுக்கவிதைக்கு மாற்றாகப் பயன்படுத்தப்படுவதைக் கவனிக்கிறோம். கவிஞர் விக்ரமாதித்யனின் முயற்சியில் இந்தப் பெயரில் கவிதைக்கென ஓர் இதழ்க்கூட தொடங்கப் பெற்று ஓரிரு இதழ்களில் நின்று போய்விட்டது. ஆனால் அதற்கு மாறாக இன்றைய நவீன கவிதை ஓர் அமோக வளர்ச்சியைக் கண்டிருக்கிறது என்பதுதான் உண்மை. புதுக் கவிதையிலிருந்து நவீன கவிதையாக இன்றைய கவிதை சுட்டப்படுவதன் பின்னணியில் நடந்தவற்றைத் தீர்க்கமாக விளக்கிட முடியுமா எனத் தெரியவில்லை.

'புதுக்கவிதையின் தந்தை' என நம்மால் கொண்டாடப்படும் ந. பிச்சமூர்த்தியிலிருந்துதான் இன்றைய கவிதை தொடங்கப் பெற்றது என்பதைப் பெரும்பாலானோர் ஒப்புக்கொள்வர். வெகுசிலர் பாரதியின் வசன கவிதைகளை முன்மொழியக் கூடும். எப்படியிருப்பினும் புதுக்கவிதை என்ற வடிவம் மரபுக் கவிதை-யிலிருந்து தனித்து வேறுபடுத்தி விடுவதான அமைப்பைக் கொண்டிருந்தது. முதலில் வடிவ மாற்றம் அதற்குப்பின்பு தேவையெனில் நாம் உள்ளடக்கம், வெளிப்பாட்டு முறை, பாடு பொருள் போன்றவற்றை இணைத்துக் கொள்ளலாம்.

இவ்வாறின்றி 'நவீன கவிதை' என்பது புதுக்கவிதையிலிருந்து வேறுபடுவதை நம்மால் முதல் வினாவிலோ அல்லது முதல் யோசிப்பிலோ தெளிவாக்கிக் கொள்ள முடியாது. மரபுக் கவிதையை மீறி புதுக்கவிதை கட்டமைக்கப்பட்டபோது – புதுக்கவிதை என்றால் என்ன? அதன் தன்மைகள் யாவை? என்றெல்லாம் பலவிதமான அளவுகோல்களை, வரையறைகளை (ஏன் புதுக்கவிதையிலேயே கூட முழக்கமாகவும்) பலர் வெளிப்படுத்தினர். ஆனால் அவற்றையெல்லாம் கடந்து இன்று அது நவீன கவிதையாகியுள்ளது.

இன்றைய கவிதைகளைச் சற்றுக் கூர்ந்து வாசித்து வருபவர் சில பண்புகளை இன்றைய 'நவீன கவிதை' பெற்றிருப்பதைக் காணலாம். அவற்றையேகூட கவிதையின் அடையாளங்களாக யோசித்துப் பார்க்கலாம். இவ்வாறு கூறுவதை 'நவீன கவிதை'க் கான இலக்கணத்தை உருவாக்க முயற்சிப்பது எனக் கொண்டு உற்சாகமாக வளர்த்தெடுக்கவே இத்தகைய அணுகுமுறை உதவு தாக கொள்ளலாம்.

1. அலங்காரமற்ற எளிய வெளிப்பாடு
2. உவமை, உருவகம், படிமம், குறியீடு ஆகியவற்றைக் கைவிடுதல்
3. நிலப்பரப்பின் அடையாளக் கூறுகள்
4. மொழிபெயர்ப்புக் கவிதைகளின் உரைநடைத் தன்மை
5. உலகளாவிய பாடுபொருள்கள்
6. எதிர் அழகியல், எதிர் புனிதக் கலகக் கூறுகள்
7. புதுக்கவிதைப்போல வார்த்தைக்கு வார்த்தை உடைக்காமல் நீண்ட வரிகளை அமைத்தல்
8. புனைவைப் புனைவாகவே அர்த்தப்படுத்திக் கொள்ளுதல்
9. நவீன அறிவியல், சூழியல் சிந்தனைகளைக் கையாளுதல்
10. பெண்ணியம், தலித்தியம் போன்ற கோட்பாட்டு அரசியல் நோக்கு

இவையே முடிவானதாகக் கொள்ள வேண்டியதில்லை. தேர்ந்த வாசகர் இவற்றை மறுக்கவோ கூடுதலாக இன்னும் பலவற்றைச் சுட்டவோகூடும்.

புதுக்கவிதை எனப் பேச வருபவர் எவராயினும் எழுத்து மற்றும் வானம்பாடி இதழ்களைத் தவிர்த்துப் பேசவே முடியாது. ஏனெனில் தொடக்கக் காலப் புதுக்கவிதையின் இருவேறு முக்கியப் போக்கை அவை உருவாக்கின. தனிமனித அகநிலையும் இருண்மையும் எழுத்து இதழ்க் கவிதைகளின் தன்மையாகவும், சமூகப் பார்வையும் உரத்த மிகை வெளிப்பாடும் வானம்பாடி இதழ்க் கவிதைகளின் போக்காகவும் இருந்தது. இவ்விரு இதழ்களின் காலக்கட்டத்தையே 'புதுக்கவிதை' காலம் எனக்

கருதலாம். அதன்பின் வெளிவந்த கசடதபற, ழ இதழ்களிலேயே இன்றைய நவீன கவிதை முகங்காட்டத் தொடங்கிவிட்டது. ஞானக்கூத்தன், ஆத்மாநாம் போன்றோர் தொடக்கக் கால முயற்சியாளர்கள். ஞானக்கூத்தன் தன்னுடைய சர்ரியலிசப் பாணியிலான பரிசோதனைக் கவிதைகளாலும், ஆத்மாநாம் தம் உரைநடைத் தன்மையிலான தீவிரக் கவிதைகளாலும் அதைச் சாத்தியப்படுத்தினர். பிரமிள், நகுலன், பசுவய்யா ஆகியோரும் இவர்களுடன் இணைத்து நோக்கத் தகுந்தவர்கள். இவர்களது தொடக்கக்காலக் கவிதைகள் புதுக்கவிதைகளாகவும், பிற்காலக் கவிதைகள் நவீன கவிதைகளாகவும் உள்ளதை இன்று அவர்களது மொத்தக் கவிதைகளையும் ஒருசேர வாசிப்போர் பிரித்துணர்ந்துவிட முடியும். மயன் என்ற பெயரில் எழுதிய க.நா.சுவின் பிற்காலக் கவிதைகளும் உரைநடையாகவே எழுதப் பட்ட நவீன கவிதைகளாக உள்ளன. சி.மணி மொழிப் பரிசோதனையும் யாப்பின் சாயலும் கொண்டு எழுதியவர் எனினும் அவரை நாம் புதுக்கவிதையின் எல்லையில் வைத்தே பார்க்க முடிகிறது.

இவ்வாறான சிறுபத்திரிக்கை களமல்லாத, கல்வித்துறை சார்ந்த கவியரங்க நாயகர்களும் புதுக்கவிதை எழுதி வந்தனர். இன்றும்கூட நவீன கவிதையின் பிரக்ஞையற்றுத் தொடர்ந்து அவர்கள் புதுக்கவிதைகளையே கவிதைகளாகத் தொடர்கின்றனர். பாரதிக்குப் பின் அவரது வசன கவிதைகளை அறிந்திருந்தும் ஒரு சாரார் அவற்றைத் தொடர்ந்து புதுக்கவிதைகளை எழுதத் தொடங்கியப் பின்னும் மரபுக் கவிதைகளையே பின்பற்றிய பாரதிதாசனின் வழித் தோன்றல்கள் இவர்கள். இவர்களில் பலர் இன்னும்கூட புதுக்கவிதை எழுதுபவர்களாகவும், திரைப் பாடல்களை எழுதுபவர்களாகவும் உள்ளதைக் குறிப்பிட வேண்டும். இவர்கள் கவிதை மக்களுக்கானது எனப் பிரகடனம் செய்பவர்கள். இவர்கள் கவிதைகளைக் கொண்டு செல்வதாகக் கூறி மேடைகளையும் வெகுசன இதழ்களையும் பயன்படுத்திக் கொள்வார்கள். அதன்மூலமாக செல்வாக்கும், புகழும், அதிகார மும், விருதுகளும் கொள்பவர்கள். வாசகர்களாக, தேநீர்க் கடையில் திரைப்பாடல்களைக் கேட்டு மெச்சும் ரசிகர்களை நம்புகிறவர்கள். இவர்களைப் பின்பற்றி கவிதைத் துறைக்குள் வந்தவர்கள் பெரும்பாலானோர் சினிமாப் பாடல்களை எழுதி

தமிழ்க் கவிதையின் தரத்தை உலகத் தரத்துக்கு உயர்த்துவதான உத்வேகத்துடன் கனவுலகில் மிதக்கிறவர்கள்.

நவீன கவிதை இவற்றுக்கெல்லாம் மாறாகக் கூர்ந்து வாசிக்கும் படிப்பாளிகளால் வளமுற்றுக் கொண்டிருக்கிறது. ஒருபோதும் வாசகனைத் தேடிப் போகும் கவிஞன் நவீன கவிஞனாக இருக்க முடியாது. கவிதைகளை எழுதுபவனுக்கும் படிப்பவனுக்கும் இடையே கவிதை மாத்திரமே இருக்கமுடியும். கவிஞனுக்கு இடமேயில்லை. இத்தகைய புரிதலோடு சிறுபத்திரிகை சார்ந்து ஒரு தீவிர வேகத்தோடு இயங்கும் கவிஞர்களாலேயே நவீன கவிதை இன்று அதன் எல்லைகளைக் கண்டுகொண்டிருக்கிறது.

எழுபதுகளுக்குப் பின் தமிழ்க் கவிதையில் ஒரு மாறுபட்ட உலகலாவிய புதுமைத் தன்மையை உருவாக்கியவர் பிரம்மராஜன். அவரது மீட்சி இதழ், நவீன தமிழ்க் கவிதைச்சூழலுக்குள் பெரிய மலர்ச்சியை ஏற்படுத்தியது. கவிதைகளையும், கவிதைக் குறித்தான சமகால கட்டுரைகளையும், மிகச்சிரத்தையுடன் அதில் வெளியிட்டார். உலகலாவிய கவிஞர்களின் பலவிதமான கவிதைக் கோட்பாடுகளும் கவிதைக் குறித்த சொல்லாடல்களும் அதில் நிகழ்ந்தன. இன்றைய இளங்கவிஞர்கள் பலரும் நேரடி யாகவோ மறைமுகமாகவோ அவற்றால் பாதிக்கப் பெற்ற வர்கள்தாம். மீட்சியின் வழியாகக் கிடைத்த மொழி பெயர்ப்புக் கவிதைகளும், தமிழ்க் கவிதையின் முகத்தை மாற்றியமைக்க உதவின. அதுவரையில் மொழிபெயர்ப்பு செய்யப்பட்ட பிற மொழிக் கவிதைகள் தமிழ்க் கவிதைகளின் நேரடி உரைநடை தன்மையிலான கவிதைகளைப் புதுமையாக நோக்க உதவின. மீட்சி வெளியீடான 'உலகக் கவிதை' என்ற நூலும், பிரம் மராஜனின் உலகக் கவிஞர்களின் அறிமுகக் குறிப்புகளுடன் கூடிய மொழிபெயர்ப்பு கவிதைகளும் இந்த வகையில் மிக முக்கியமானவை.

பிரம்மராஜனின் கவிதைகள் வெளிப்பாட்டு முறையில் மேலை நாட்டு நவீனத்துவக் கவிதைகளையே முன்மாதிரியாகக் கொண் டுள்ளன. வாசிப்பில் உழைப்பைக் கோராத வாசகர்களுக்கு அவை மூடுண்ட தோற்றத்தையே அளிக்கக்கூடும். ஆனால் அவரது கவிதைகள் தமிழ் செவ்வியல் பண்புகளோடு இணைத் துறைகளான ஓவியம், இசை, அறிவியல் போன்ற பல்வகைக்

குறியீடுகளும் ஊடாட்டமாக இழையோடி பக்திக் காலக் கவிதைகளின் இசைநயமிக்க மொழி நுணுக்கமும் இணைக்கப் பெற்ற புதுவகையினதாகும். இன்று வரை தொடரும் அவரது கவிதைகளின் வழி பலருக்கும் புதிய உத்வேகம் அளிப்பவராகத் திகழ்கிறார்.

பிரம்மராஜனின் சமகாலத்தவர்களான ஆனந்த், தேவதச்சன், தேவதேவன், விக்ரமாதித்தன், கலாப்பிரியா போன்றோரும் வெவ்வேறு தளங்களில் நவீனகவிதையை வளர்த்தெடுத்துள்ளனர். ‘அவரவர் கை மணல்’ மூலம் இணைந்து அறிமுகமான ஆனந்த்-தேவதச்சன் ஆகியோர் குறைவாக எழுதியிருந்தபோதிலும் பெரிதாக அறியப்பட்டவர்கள். காலம், வெளி போன்றவற்றின் அடிப்படையில் நுணுக்கம், பிரம்மாண்டம் இவற்றுக் கிடை யேயான ஒப்பீட்டு முறையைக் கண்டறிந்து வியக்கும் கவித் துவக் கூறுகளைச் செரிவான சூத்திரங்களாக்கும் வண்ணம் இவர்களுடைய கவிதைகள் அமைந்துள்ளன. ஆனந்த் உரை நடை படைப்புகளில் கவனம் கொள்ள, தேவதச்சன் இன்று இளங்கவிஞர்களுடன் போட்டிப்போடும் அளவுக்குத் தீவிரமாகக் கவிதைகள் எழுதுவதில் கவனத்துக்குரியவராகிறார். உயிர்மை இதழில் இவர் தொடர்ந்து எழுதும் ‘‘தேவதச்சன் பக்கம்‘‘ புனைவுரகக் கவிதைகள் புதியதாக எழுதவரும் கவிஞர்களுக்கு நவீன கவிதை குறித்த புதிய திறப்பை ஏற்படுத்தக்கூடியன. எளிய விவரணையோடு தொடங்கும் கவிதையை அசாத்தியத் தளத்துக்கு மாற்றுவது இவரது கவித்துவப் பண்பின் உச்சமாகிறது.

தொடர்ந்து தீவிரமாக எழுதிவந்த தேவதேவன் தமிழில் அதிகக் கவிதை நூல்கள் வெளியிட்டப் பெருமைக்குரியவர். இவரது கவிதைகள் பரிசோதனை ரகமானவை இல்லையெனினும் கவிதைவெளியின் பல்வேறு பாதைகளிலும் அழைத்துச் செல்பவை. குறிப்பாக ஆன்மிகப் பேருணர்வையும், தத்துவார்த்தச் சாயலும் தொனிக்கக் கூடியவை. எவ்வொரு கருத்தையும் மொழிவதில்லையெனினும் நுண்ணியப் பார்வையிலான கவித் துவப் பொருளாம்சத்தைக் கோருபவை. ஜெயமோகன் இவர் மீதான விமர்சனப் பார்வையை தனிநூலாகவே விரிவாகப் பதிவு செய்துள்ளார். மேலும் கூர்மையாக வாசிக்க இடமில்லையோ

எனும் அளவுக்கு ஆழ அகல அணுகல் அது எனலாம். தற்போது தேவதேவன் கவிதைகளின் வரத்தும் குறைந்துள்ளது.

இவருக்கு அடுத்து தமிழில் நவீன கவிதையில் ஓர் ஆளுமையாக உருபெற்றிருப்பவர் விக்கிரமாதித்யன். ஒரு கவிஞனின் கட்டுப் பாடற்றச் சிந்தனைத் திரிதலை, காம விகாரங்களை, போதை உலகை, தன்னிரக்கத்தை, ஆன்மீக நாட்டத்தை இவரது கவிதை கள் கொண்டுள்ளன. துணுக்கு ரகமான மேற்கோள்களைப் போன்ற குறுங்கவிதைகளில் சித்தர்களின் வாக்குகளைப் போன்ற இயல்புணர்ச்சியும் பிதற்றல் தன்மையும் கொண்ட உலகை விரித்து வைத்துள்ளார். விக்கிரமாதித்யன் நம்பியாகி, இன்று 'புட்டா'வாகவும் தொடர்ந்து இயங்கி வருகிறார்.

கலாப்பிரியா, எதிர் கூறுகளுடன் கூடிய வட்டார மொழித் தொனியுடன், அழகியல் நிரம்பிய பாலியல் கூறுகளுடன் கவிதைகளை எழுதியவர். எளியதொரு காட்சியிலோ நுணுக் கமான வெளிப்பாட்டிலோ அதிர்ச்சிதரும் கவியுலகைத் திறந்து காட்டுபவர். இவரது 'குற்றாலம் பட்டறை' நவீன கவிதைக்கும், தீவிர இலக்கியத்துக்கும் ஆற்றிய பணி மெச்சத்தக்கது.

மேற்கூறிய இவர்கள் தமக்கு முன்பிருந்த எந்தக் கவிஞர்களின் நேரடித் தாக்கமுமின்றி அவரவர் தத்தமக்கான கவிதை பாணியை, மொழியை, உலகை உருவாக்கிக் கொண்டவர்கள். தமிழின் கவிதை ஆளுமைகளாக உருவாகிய இவர்களுக்கு அடுத்து வந்த தலைமுறையில் இவர்கள் தாக்கம் பெற்றவர்கள் தோன்றத் தொடங்கினர். இவ்வகையில் இவர்கள் அனைவரும் குறிப்பிடத்தகுந்த நவீன கவிதையின் முன்னோடிகள் என்ற பெருமைக்குரியவராகிறார்கள்.

மூன்றாம்கட்டத் தலைமுறைக் கவிஞர்களாக சுகுமாரன், சத்யன், சமயவேல், ரமேஷ்பிரேம், பா.வெங்கடேசன். எம்.யுவன், ரிஷி, மனுஷ்யபுரத்திரன், க.மோகனரங்கன், மனோன்மணி, யூமா வாசுகி, பூமா ஈஸ்வரமூர்த்தி, அப்பாஸ், உமாபதி, கரிகாலன் போன்றோரைக் குறிப்பிடலாம். அவர்களில் ரமேஷ் பிரேம், எம்.யுவன், ரிஷி, மனுஷ்யபுத்திரன், கரிகாலன் ஆகியோர் தொடர்ந்து இயங்கி வருபவர்களாக உள்ளனர். ரமேஷ் - பிரேம் ஒவ்வொரு தொகுப்புக்குப் பின்பும் புதியதொரு வகைமையில் வேறுபாடுகளை உருவாக்குகின்றனர். கவிதைக்

கோட்பாடுகளை உருவாக்கியும் அதே சமயத்தில் கலைக்கவும் செய்பவர்களாக உள்ளனர். கவிதைகளைத் தீவிர உணர்வு நிலைகளோடு எழுப்பவும் அதே சமயம் அதை ஒரு ஜாலமாகவும் உணர்த்தக்கூடிய தொனியை உருவாக்குபவையாகவும் இவர்களது கவிதைகள் திகழ்கின்றன. உணர்வுப் பெருக்காக வெளிப்படுத்தக்கூடிய கவிதைகளுக்கு மாற்றான அறிவார்ந்த செயல் திறனில் கவித்துவத்தை எட்டக்கூடிய மாற்றுக் கவிதைகளை எழுதுபவர்களாகவும் உள்ளனர்.

எம்.யுவன், ஆனந்த் தேவதச்சனின் நீட்சியாக அனுமானிக்கக் கூடிய கவிப்பொருளைக் கையாள்கிறார். காலம், வெளி குறித்தான அணுகுமுறையில் சற்றே அறிவுக் கூடுதலுடன் புதுமையாக்கி விஸ்தாரப்படுத்துகிறார். கவிதைகளுக்குத் தேவையான உணர்ச்சிக் கொந்தளிப்புக்கு மாற்றாக இவரது கவிதைகள் அறிவார்ந்த கட்டமைப்புகளாகத் திகழ்கின்றன.

ரிஷியின் கவிதை மொழி சற்றே மூடுண்டது எனினும் பகிர்தலின் இணக்கமான தொனியில் நெகிழும் தன்மையைக் கொண்டது. பெண்ணியம் என்ற உட்பிரிவின் சலுகைகளைக் கோராத தீவிர இயங்குதளத்தைச் சார்ந்தது இவரது கவியுலகு. மொழிதலில் சற்று எளிமையும் கோக்கப்பட்ட படிமப்பிரயோகங்களில் கடினமும் ஒருசேர அமையப்பெற்றது. வேறுபாடுகளை உருவாக்கும் விருப்பமற்ற போக்கால் ஒரு சுழல்பாதையில் சிக்கியுள்ளதாகவும் கூறலாம்.

மனுஷ்யப்புத்திரன் கவிதைகள் மனத்தீவிரத்தை உக்கிரப் படிமத் தெறிப்புகளாக உருமாற்றிக் கொண்டவை அல்லது வலி நிறைந்த தருணங்களைக் கொண்டே தேர்ந்தெடுக்கப் பொருள்களைக் களமாக்கி விடுவதன் மூலமாக மனத் தீவிரத்தைத் தருபவை. காட்சிப்படுத்தலுக்கு மாற்றாக மனநிலையின் விவரிப்பை முதன்மைப்படுத்துவதனாலும் இதை உருவாக்க நேர்கிறது எனலாம். ஆனால் மொழிதலின் பயிற்சியினாலும் தொழில்நுட்பத் திறனின் லாவகத்தோடும் கூடிய சாயலை இவர் கவிதைகள் பெற்றிருப்பதைக் கூறியே ஆகவேண்டும். யூமா வாசுகியின் கவிதைகளில் நவீன வாழ்வின் நெருக்கடி மிகுந்த தருணங்களின் வலி அழகியலாக வடிவமைக்கப்பட்டுள்ளதாகத் தெரிகிறது. சற்றே மிகையான வருணனைகள் பாரம்பரிய கவித்துத்தின்

நீட்சியாக பயன்படுத்துவதால் அழகியல் அம்சம் கூடினாலும் நவீன கவிதையின் தன்மை சற்றே மட்டுப்பட்டு விடுவாதாக உள்ளது. காதலைப் பாடுகையில் நவீனப் படிமங்களின் மூலம் மிகையுணர்ச்சியை உருவாக்கும் புதுமையை சாதித்திருக்கிறார்.

பா.வெங்கடேசன் எதிர்பார்ப்புக்குரிய கவிஞராகி வந்தாரெனி னும் புனைகதையின் பக்கமான அவரது நகர்வு கவிதையை இரண்டாம்பட்சமாக்கி விட்டது. சத்யன், சமயவேல் ஆகியோர் தொடர்ந்து எழுதியிருந்தால் சில சாதனைகளை நிகழ்த்தி யிருக்கக்கூடும். க.மோகனரங்கன் விமர்சன முன்னுரைகளிலும், மனோன்மணி 'புது எழுத்து' விலும் அமிழ்த்துக் கொண் டார்களோ எனத் தோன்றுகிறது. அப்பாஸ் தொடக்ககால தேவதச்சனைக் கடக்க முயற்சிக்கிறார். பூமா ஈஸ்வமூர்த்தி காதலைப் புதுப்பிக்கும் முகமாக எழுதினாலும் நவீனத் தன்மையை இயல்பாக கொண்டுவருவதில் முயற்சி செய்கிறார். கரிகாலன் தொடக்ககால கவிதைகளில் சமூகப்பார்வையுடன் கூடிய கவிதைகளுக்கு முக்கியத்துவம் தந்தவர். அப்போதைய கவிதைகளில் நவீன கவிதைகளின் புனைவுப் பண்பைக் கைக்கொண்டு தம்மைப் புதுப்பித்துக் கொண்டவராக உள்ளார். சமூக கவிதைகளின் மீதான ஆர்வமும் ஆளுமையும் அவரை முன்னோக்கி நகராதவாறு இப்போதும் சில நேரம் மட்டுப் படுத்துவதாக உள்ளன. இவ்வாண்டில் இவர் நவீன கவிதை குறித்த வரலாற்று விமர்சன நூலான 'நவீன தமிழ்க்கவிதையின போக்குகள்' வெளியிட்டதன் மூலம் நவீன கவிதைக்குச் சிறந்த பங்களிப்பைச் செய்துள்ளார்.

இவர்களுக்குப்பின் நான்காம் காலக்கட்டமெனச் சுட்டக்கூடிய வகையில் எண்ணற்ற இளங்கவிஞர்கள் உருவாகியுள்ளனர். நவீன கவிதையின் முழு வீச்சையும் இவர்களின் கவிதைகள் கொண்டு விளங்குகின்றன. இதுரையிலுமான கவிதைகளின் எவ்விதச் சாயலும் உருவாகிவிடாதவாறு ஒவ்வொருவரும் புத்தம்புதிய போக்குகளை நோக்கிப் பயணிக்கிறார்கள் எனினும் இவர்களனைவரையும் ஒருங்கே கொண்டு வாசிக்கும்போது ஒரு பொதுத்தன்மை தோன்றுவதைக் காண முடிகிறது. அடிப்படையில் இவர்களின் தலைமுறையில் 'கருத்தை' விநியோகிக்கும் எவ்வித சொல்லாடல்களுக்கும் கவிதையில் இடமில்லை

என்னுமளவுக்குப் புனைவைப் பிரதானப்படுத்துகிறவர்களாக உள்ளனர். பேண்டஸி தன்மை கொண்ட காட்சி உருவாக் கங்களின் வழி புதியதொரு கவித்துவப் பரப்பை கவிதைகளில் ஏற்படுத்துகிறார்கள். பாலியல் சொல்லாடல்கள் அத்துமீறி பயன்படுத்தப்படுவதாக தோற்றம் தந்தாலும் அவை கவிதை களுக்கு எவ்வித பங்கமும் விளைவிப்பதாக இல்லை. மாறாக பலவிதமான அடக்குமுறைகளைச் சந்திக்க நேரும் நவீன வாழ்வியலின் பின்புலத்தோடு நோக்கினால் அவை ஒரு எதிர்ப்புத்தன்மையின் உச்சப்பட்ச வடிகாலாகத் திகழ்கின்றன. எதிர் அழகியல் அல்லது மாற்று அழகியலாகவும் அவற்றைப் புரிந்து கொள்ளலாம்.

இவ்வகையில் லக்ஷ்மி மணிவண்ணன், யவனிகா ஸ்ரீராம், என்.டி.ராஜ்குமார், சங்கரராமசுப்ரமணியன், கண்டராதித்தன், ஸ்ரீநேசன், மாலதி மைத்ரி, ராணிதிலக், பாலை நிலவன், பெருந்தேவி, குட்டிரேவதி, பிரான்ஸிஸ் கிருபா, கடற்கரய், பழனிவேள், முகுந்த் நாகராஜன், அய்யப்பமாதவன், தபசி– ஆகியோரை முக்கியமானவர்களாகக் குறிப்பிடலாம். உலகளா விய கவிதைப்போக்கின் தன்மைகளையும் இன்றைய கவிதை களின் இயங்கு தளத்தையும் ஒருங்கே உணர்ந்து நவீனத்தமிழ்க் கவிதை செல்ல வேண்டிய திசைப்பற்றிய பிரக்ஞையோடு செயல்படுவர்களாக இவர்களை மதிப்பிட முடியும். கவிதையை தம் அனுபவத் தளங்களுக்கு அப்பாற்பட்ட நிலையிலும் ஒரு கலைப் படைப்பாக சிருஷ்டிக்கக்கூடிய திறன் வாய்ந்தவர்களாக இவர்கள் உள்ளனர். அனுபவப் பரப்பிலிருந்து தோன்றும் கவிதைகளை அதன் அடுத்தக்கட்ட பாய்ச்சலுக்குட்படுத்த புனைவுத் தன்மையை தாராளமாகக் கையாலும் போக்கு இவர்களிடத்தில் அதிகமும் நிலவுகிறது. அவற்றை நம்பகத் தன்மையின் எல்லைக்கு இட்டுச் செல்வதே இன்றைய கவிதை யாக்கத்தின் அதிகபட்ச செயல்பாடாக உள்ளதையும் இவர்களின் கவிதைகளின் வழியே உணர முடிகிறது.

இவர்களோடு இன்றைய கவிதைப் பரப்பில் தொடர்ந்து இயங்கி வருபவர்களாக சல்மா, இளம்பிறை, கனிமொழி, தமிழச்சி, அழகிய பெரியவன், தேவேந்திர பூபதி, பெருமாள் முருகன், பச்சியப்பன், கோசின்ரா, சுகிர்தராணி போன்றோரையும் குறிப்

பிட்டாக வேண்டும். ஆனால் இவர்கள் தம் அனுபவ பரப்பின் எல்லை மீறாதவாறு ஒரு சுயகவனத்துடன் கூறிய தன்னிலையாக்கக் கவிதைகளையே முன்வைக்கின்றனர் எனலாம். இவ்வகையில் கவிதை எழுதப்படும் காலத்தையும் கடந்து கொண்டே இருக்கக்கூடிய சாத்தியத்தைப் பெறவிடாமல் தடுக்கும் தன்மையை இவர்களிடத்தில் காண நேர்கிறது.

மேற்கூறப்பட்ட பின்புலன்களைக் கொண்டு மாற்றமடைந்து வந்த கவிதைகளின் வரலாற்று போக்குடன் இன்றைய கவிதைகளை நாம் அணுக வேண்டியுள்ளது. இன்றைய கவிதைகள் எனக் குறிப்பிடப்படுகிறது எனினும் பிரம்மராஜன், தேவதச்சன் தொடங்கி இவ்வாண்டில் கவனம் பெறும் புதிய தலைமுறைக் கவிஞர் கு.உமாதேவியையும் உள்ளிட்டே இவ்வரையறை அமைகிறது.

2006–இல் இருபதுக்கும் மேற்பட்ட குறிப்பிடத்தகுந்த கவிதைத் தொகுதிகள் வெளிவந்திருப்பதையும், இன்றைய தீவிர நடுநிலை இதழ்களில் ஐம்பதுக்கும் மேற்பட்டோரின் கவிதைகளின் பங்களிப்பு நிகழ்த்திருப்பதையும் பதிவு செய்தாக வேண்டும். டிசம்பர் 2005 –இல் வெளியான கவிதை நூல்கள் 2006 இன் வரவுகளாகக் கொள்ளப்படுகின்றன. கவனிக்கத்தகுந்த இத்தகைய நூல்களின் பட்டியல் கட்டுரையின் இறுதியில் பிண்ணிணைப்பாக தரப்பட்டுள்ளது. இங்கு அவற்றில் முக்கியமான கவிஞர்களின் பங்களிப்பு குறித்தும், குறிப்பிட வேண்டிய கவிதைகளின் போக்கைக் குறித்துக் கூறும் முயற்சியும் மேற்கொள்ளப்படுகிறது.

இளந்தலைமுறையினரில் கவனம் பெற்றுள்ள முக்கிய கவிஞர் களான பிரேம் – ரமேஷ், எம்.யுவன், லக்ஷ்மிமணிவண்ணன், யவனிகா ஸ்ரீராம், சங்கரராமசுப்ரமணியன், பெருந்தேவி, ரிஷி, மாலதி மைத்ரி, பிரான்ஸிஸ் கிருபா ஆகியோரின் தொகுப்புகள் இவ்வாண்டின் குறிப்பிடத்தகுந்த வரவுகளாக அமைகின்றன.

'உப்பு' மற்றும், 'கொலை மற்றும் தற்கொலை பற்றி' ஆகிய இருதொகுதிகளை வெளியிட்டுள்ளனர் பிரேம் – ரமேஷ். இத்தொகுப்புகள் இன்றைய கவிதைகளின் எல்லையில்தான் நிற்கின்றன. இவர்களது கடந்த தொகுப்புகளின் கவிதை களிலிருந்து வேறு பாய்ச்சலை எதிர்பார்க்கும் நாம் ஏதோ ஒரு வார்ப்புத் தன்மைக்குள் இவர்கள் புதைய நேர்ந்துவிட்டதைக்

காண்கிறோம். இன்றைய வெற்றிபெற்ற வகைமைகளின் கூறுகளைத் தொகுத்தளிப்பது போன்ற ஒருமுகத்தன்மை இவற்றில் வெளிப்படுகிறது. 'உப்பு' மிகுபுனைவுக் காட்சித் தொகுப்புகளின் தொடராக அமைந்துள்ளது. 'கொலை மற்றும் தற்கொலை பற்றி' தொகுதி மிகையான வெறியாட்டக் கொண்டாட்டமாக அழகியலைக் கட்டமைத்துள்ள மென்மை, உண்மை, அரசியல், காதல், நாகரீகம் இவற்றுக்கெதிரான ஆவேசம், வன்மம், காட்டுமிராண்டித்தனம் ஆகியவற்றோடு எதிர் அரசியலாக முன்னிறுத்தப்பட்டுள்ளன.

எம். யுவனின் 'கைமறதியாய் வைத்த நாள்', நூல் தலைப்பில் உருவாக்கியுள்ள அசேதனத்தை சேதனமாகப் பாவிக்கும் புதுமைக் கூறுகளோடு காலம், வெளி ஆகியவற்றின் அடிப்படையில் இறுக்கமடைந்துள்ள மனித மன வார்ப்புகளைக் கலைந்து புதியதொரு தர்க்கத்தில் எதிர்பாராத பார்வையை உருவாக்கித் தருவதாக அமைந்துள்ளது. இவரது கவிதைகளுக்கு மாறாக விவரிப்பில் சற்றே நெகிழ்ச்சியை அடைந்திருக்கிறது இத் தொகுப்பின் மொழிப்பிரயோகம். சிறியவற்றைப் பெரிதாக தரிசிப்பதும், பெரிய புரிபடாத ஸ்தூலமற்ற நிகழ்வுகளையும் புள்ளிகளாய் பாவிப்பதுமான ஒரு தொடர்ந்த தேடல் இவரது கவிதைகளின் தத்துவார்த்தப் பின்புலனாக அமைந்துள்ளன.

யவனிகா ஸ்ரீராமின் 'சொற்கள் உறங்கும் நூலகம்' லக்ஷ்மி மணிவண்ணனின், 'எதிர்ப்புகள் தோன்றி மறையும் இடம்' ஆகியவை பலவிதங்களில் ஒன்றுபடும் தன்மையை பெற்றுள்ளன. உலகமயமாக்கலை நுட்பமான மொழியில் அவரவர் கவித்துவ வெளிப்பாட்டில் விமர்சிக்கும் போக்கும் பாலியல் வெளிப்பாட்டு அம்சமும் இன்றைய அதிகாரப் புனித கட்ட மைப்புகளுக்கு எதிரான கலகச் சொல்லாடல்களும் அமையப் பெற்றுள்ளன. யவனிகா ஸ்ரீராமின் கவிதைகளில் தோன்றும் அந்நிய நிலப்பரப்பின் சாயல் மொழிப்பெயர்ப்பு கவிதைகளின் உணர்வை கிளப்புகின்றன. லக்ஷ்மி மணிவண்ணன் இதுவரை யாராலும் அணுகப்படாத பாடுபொருள்களைத் தம் கவிதை களில் கையாண்டு தமிழ் நவீனக் கவிதையின் பரப்பை விஸ்தரித்துள்ளார்.

சங்கரராமசுப்ரமணியனின் மூன்றாவது தொகுப்பான "சந்தோஷத் தின் பெயர் தலைப்பிரட்டை" புதிய பாடுபொருட்களைக் கொண்டிருப்பினும் கவிதைகளை மொழிவதில் முந்தைய தொகுதிகளின் சொல் முறையைக் கொண்டுள்ளன. கவிதைக்கான பொருளாம்சத்தைத் தேர்வதில் ஒரு குழந்தையின் ஆர்வ நோக்கு செயல்படுகிறது எனலாம். படிமங்களற்ற எளிய புனைவு ரகக் கவிதைகளாக திகழும் இவை ஒட்டு மொத்தப் படிமமாக மாறி பிறிதொரு வாசிப்புக்கு வழி செய்யக் கூடியனவாகவும் உள்ளன. பிரான்ஸிஸ் கிருபாவின் 'நிழலின்றி ஏதுமற்றவன்' சற்றே மிகையுணர்வையும், அலங்காரச் சொற்பிரயோகங்களையும் கொண்ட அதே நேரத்தில் தீவிர கவிதைகளின் பாற்பட்டதுமாகும். சீரியப் பண்பையும், வெகுஜனக் கவர்ச்சியையும் ஒருங்கே கொண்ட இவர் கவிதைகள் இவருக்குத் தனித்த அடையாளத்தை வழங்கக்கூடிய அளவுக்கு ஈர்ப்புத்தன்மையைப் பெற்று விளங்கு கிறது. இத்தகைய ஈர்ப்புத்தன்மையை உருவாக்கும் அவரது விழைவே அவரது பலவீனமாகவும் கணிக்கப்பெறக் கூடும்.

'நீலி' தொகுப்பின் மூலம் மாலதி மைத்ரி தன்னுடைய கவித்துவ பாணியை அடுத்த கட்டத்துக்குக் கொண்டு வந்து விட்டார். பெண்ணியம் சார்ந்த கருத்தாடல்களைப் புராண மரபிலிருந்தும் நவீன வெளியிலிருந்தும் தேர்ந்தெடுக்கும் முறையில் தம் பெண்ணியம் சார்ந்த அறிவார்ந்த தேடலையும், அதை வெளிப்படுத்தும் நுட்பத்தில் மொழிமுதிர்ச்சி நிறைந்த வெளிப்பாட்டுணர்ச்சியையும் பெற்றுள்ளது. ஃபேண்டஸி வகையிலான புனைவாம்சம் இவர் கவிதைகளில் பொருத்தமுற நிகழ்கிறது. பெண்ணியம் சார்ந்த அக்கறையும், கவிதை குறித்த பிரக்ஞையும் தீவிர கதியில் இயங்கும் தனித்த வகையினதாக இவர் கவிதைகள் சிறப்புப் பெறுகின்றன.

ரிஷியின் "காலத்தின் சில 'தோற்ற' நிலைகள்", பெருந்தேவியின் 'இக்கடல் இச்சுவை' இருநூல்களும் இவ்வாண்டில் வெளிவந்த மேலும் குறிப்பிடத்தகுந்த இரு பெண்கவிஞர்களின் தொகுப் புகள். 'பெண் கவிஞர்' என்றோ 'பெண்ணியக் கவிஞர்' என்றோ தனித்து அழைத்துக் கொள்ள விரும்பாதவாறு இவர்களின் கவிதை மொழி அமைந்திருப்பதைக் காணலாம். ரிஷி தம் தனித்துவ ஓசை நயத்தாலும் படிமப் பிரயோகத்துடன் கூடிய

மொழியமைப்பாலும் வித்யாசப்படுகிறார். கவிதைகளை வாசகனுக்கு எளிதில் புலப்படாதவாறு இறுக்கமாக்கித் தருவதை இத்தொகுப்பிலும் தொடர்கிறார். ஆனால் இதே விமர்சனத்துக்குச் சற்றேறக் குறையப் பொருந்தக் கூடிய பெருந்தேவி, ‘இக்கடல் இச்சுவை’ என்ற இத்தொகுப்பில் சற்றே திறப்புகளை ஏற்படுத்தி, உரைநடைத் தன்மையைக் கூட்டி, பெண்ணியப் பார்வையையும் உலகலாவிய பொதுப்பார்வையில் அணுகியுள்ளார். இவரது கவிதைகளில் உரைநடையோடு இணைந்து உருவாகும் ஓசை நயம் செவ்வியல் ஓசைநயத்தை ஏற்படுத்திச் சுவைக்கூட்டுவதாக உள்ளது. மேற்குறிப்பிட்ட இவர்களைத் தவிர பெருமாள் முருகன், இளம்பிறை, ஆழியாள், தபசி, சோலைக்கிளி, பச்சியப்பன், அழகிய பெரியவன், அன்பாதவன் போன்றோரின் தொகுப்புகளும் இவ்வாண்டில் வெளிவந்துள்ளன. தவிர கோசின்ரா, எழிலரசி, அசதா, பயணி போன்ற முதல் தொகுதிகளை வெளியிட்டுள்ள அறிமுகக் கவிஞர்களின் நூல்களும் குறிப்படத்தகுந்தனவாகும்.

இளமுருகு என்ற பெயரில் அறியப்பட்ட பெருமாள் முருகனின் ‘நீர் மிதக்கும் கண்கள்’ முந்தைய இரு தொகுப்புகளிலிருந்தும் வேறுபட்ட நவீனத்தன்மையை உருவாக்கிக் கொண்ட தொகுப்பாக உள்ளது. இளம்பிறையின் நூலான ‘பிறகொருநாள்’ அவரது தொடர்ந்த பங்களிப்பைப் புலப்படுத்துகிறது எனினும் தற்கால நவீன கவிதைகளின் போக்கையும் தன்மையையும் பொருட்படுத்தாத ஒரு பழமையான சாயல் கொண்டுள்ளது. அழியாள், தனது இரண்டாவது தொகுப்பான ‘துவிதம்‘ மூலம் ‘உரத்துப் பேசு’ என்ற முதல் தொகுப்பின் நீட்சியாகவே தெரியவருகிறார். தன் அனுபவத்தைக் கவிதையனுபவமாக மாற்றும் செயல்பாட்டில் குறைவான கவனமே செலுத்தும் ஈழத்துக் கவிதைகளின் சாயல் இவரது கவிதைகளிலும் படிந்திருப்பதைக் குறிப்பிட வேண்டும். அதே நேரத்தில் அவர்களுடைய பிராந்திய மொழியைக் கவிதைகளில் எதிர்கொள்ளும்போது ஏற்படும் சுணக்கம் கவிதையின்பாற் பட்டதாக மாறுவதையும் உணர்கிறோம்.

தபசியின் ‘மயன் சபை’ தேர்ந்த கவித்துவ மொழிதலுடன் கூடியது எனினும் கட்டுபாடற்ற அடுக்கு நிலை, கவிதைகளை நீர்த்துப் போகச் செய்வதாக மாற்றிவிடுகிறது. கவிதை மொழி சிறப்பாகக்

கைவரப் பெற்ற தபசி, அதை அளவோடு பயன்படுத்தத் தொடங்கினால் தமிழில் முக்கியமான கவிஞர்களுள் ஒருவரென நிச்சயம் குறிப்பிடப்படுவார்.

'என்ன செப்பங்கா நீ' என்ற நூல், ஈழத்துக் கவிஞர் சோலைக் கிளியின் இவ்வாண்டு வெளியீடு. கவிதைத் தருணத்திற்குக் காத்திருத்தல் என்பதைப் பொருட்படுத்தாத, காணும் யாவற் றையும் கவிதையாக மாற்றி விடக்கூடிய ஒரு லாவகம் இவருடைய கவிதைகளில் உள்ளது. கவிதை உருவாக்கத்தில் கூர்ந்த நோக்குக்கு எத்தனையிடமுண்டோ அத்தனை மொழிப் பிரயோகத்திற்கும், சுய தணிக்கைக்கும் இடமுண்டு என்பதை இவர் கவனத்தில் கொண்டே ஆக வேண்டும். அழகிய பெரியவனின் 'அருப நஞ்சு', பச்சியப்பனின் 'மழை பூக்கும் முந்தானை' ஆகியவை அரசியல் களத்தையும், கிராமிய அடிமட்ட மக்களின் வாழ்நிலை அம்சங்களையும், காதல் உணர்வையும் ஒருங்கே கொண்டவையாக உள்ளன. அழகிய பெரியவன் சற்றே உரத்ததுமான, பச்சியப்பன் சற்றே தணிந்ததுமான மொழித் தோனியைக் கொண்டுள்ளனர். மக்கள் கவிஞர்கள்' என்பதற்கான அடையாளக் கூறுகள் இருவர்தம் கவிதைகளிலும் இடம்பெற்றுள்ளன. இவர்களின் தொடர்ச்சியாகக் குறிப்பிடக் கூடிய அளவுக்கு பொருத்தமுடைய அன்பாதவன் தம் தொகுப் பில் பெரிதும் காதலை மையப்படுத்தியுள்ளார்.

அசதாவின் முதல் கவிதைத் தொகுதி பிஷப்புகளின் ராணி. ஏற்கனவே சிறுகதையாளராகவும் மொழிபெயர்ப்பாளராகவும் அறியப்பட்ட அசதா அடிப்படையில் கவிஞர் என்பதை இத்தொகுப்பு புலப்படுத்துகிறது. அந்தரங்கக் காதலுணர்வையும், பாலுணர்வையும் நுணுக்கமாக வெளிப்படுத்தும் செரிவான மொழியம்சம். இன்னும் சற்றே உரைநடைத் தன்மையை இவர் கைக்கொண்டால் புதியதொரு பொலிவு இவர் கவிதைகளுக்குக் கிடைக்கக்கூடும். கோசின்ரா, 'என் கடவுளும் என்னைப் போல் கருப்பு' என்ற முதல் தொகுதியின் மூலமாக அறிமுகமாகிறார். இவரது வெளிப்படையான அரசியல் பிரயோகங்களும், கவிய ரங்கத் தன்மையிலான அடுக்கு முறையும் நவீன கவிதையை வந்தடைய தடை செய்பவையாக உள்ளன. எழிலரசி, 'மிதக்கும் மகரந்தம்' தொகுப்பின் மூலம் பெண் கவிஞர்களில்

புதிய வரவாக உள்ளார். புதியதாக எழுத வந்ததான எவ்வித மிகைபாவனைகளும் இல்லாத நுணுக்கமான தனியனுபவக் கவிதைகளாக எழுதும் இவர் தன்னுலகத்திலிருந்து பொதுப் பெண்ணுலகத்திற்கு வர வேண்டிய நகர்வை ஏற்படுத்திக் கொள்ள வேண்டும். பயணி தன் 'ரகசிய மொழி' தொகுப்பின் மூலமான முதல் அறிமுகத்திலேயே பாலியல் தன்மையின் வெளிப்படைகளை மையப்படுத்திய அதிக கவிதைகளைத் தந்துள்ளார். இன்னும் கூடுதலான கவித்துவச் செறிவும் பரந்துபட்ட பார்வையும் கொண்டால் மெச்சக்கூடிய வகையில் இவரால் பாலியல் விஷயங்களைக் கவிதையாக்க முடியும்.

அடுத்து, இதழ்களில் வெளிவந்துள்ள கவிதைகளை எழுதியுள்ள கவிஞர்களை இப்பகுதியில் நிரல்படுத்த வேண்டிய அவசியம் இக்கட்டுரைக்கு உண்டு. ஏறக்குறைய ஐம்பதுக்கும் மேற்பட்ட கவிஞர்களின் கவிதைகள் இவ்வாண்டில் வெளியாகியுள்ளன. இதில் பிரம்மராஜன், தேவதச்சன் போன்ற மூத்த கவிஞர்கள் முதல் இப்போதைய அறிமுகக் கவிஞர்கள் வரை இடம்பெறுகின்றனர். இதழ்களைப் பொறுத்தமட்டில் தீவிர சிற்றிதழ்களான உன்னதம், புதுஎழுத்து, குதிரை வீரன் பயணம், வனம், சிலேட், நவீன விருட்சம், அணங்கு, இறக்கை ஆகியவையும் இடைநிலை இதழ்களான தீராநதி, காலச்சுவடு, உயிர்மை, அம்ருதா போன்றவையும் கவனத்தில் எடுத்துக்கொள்ளப்பட்டன.

பெரும்பாலும் இதழ்களில் வெளியாகும் கவிதைகளே பின்பு தொகுக்கப்பட்டு நூலாக வெளிவருகின்றன. இதழ்களில் வெளி-யிடாமலேயே தொகுப்பாக வெளிவரும் நூல்கள் குறைவு. சமீப காலமாக இதழ்களில் கவிஞர்களின் பல கவிதைகளை மொத்தமாக வெளியிடும் போக்கு நிலவுகிறது. மீட்சி இதழ்தான் இதிலும் முன்னோடி எனலாம். பின்பு அட்சரம், புனைகளம், புது எழுத்து, கல்குதிரை போன்றவை இதை நடைமுறைப்படுத்தியுள்ளன. இப்பொழுதுகூட வணிக இதழ்களைப் போல ஒரு கவிஞரின் ஒரே கவிதையை வெளியிடும் இதழ்களும் இருக்கத்தான் செய்கின்றன.

வனம் இதழில் பிரம்மராஜன், தேவதச்சன் கவிதைகளும், புது எழுத்து இதழில் ராணிதிலக், அய்யப்பமாதவன், தேவேந்திர பூபதி, எழிலரசி, சுகிர்தராணி, சீ.கோவிந்தராஜ் கவிதைகளும்

இடம்பெற்றுள்ளன. உன்னதம் இதழ்களில் பெருந்தேவி, கணேசகுமாரன், பயணி, கடற்கரய், கண்டராதித்தன், சேக்கிழார், ஸமீரா, இளங்கோ கிருஷ்ணன் ஆகியோரின் கவிதைகளும், குதிரை வீரன் பயணத்தில் பிரான்ஸிஸ் கிருபா, கடற்கரய், பாம்பாட்டிச் சித்தன், எழிலரசி, பாதசாரி, பத்மபாரதி ஆகியோரின் கவிதைகளும், சிலேட் இதழில் ரிஷி, எஸ். சுதந்திர வல்லி, கைலாஷ்சிவன், மெய்யருள் ஆகியோரின் கவிதைகளும், நவீன விருட்சம் இதழ்களில் ராணிதிலக், அய்யப்பமாதவன், பழனிவேள், ஸ்ரீநேசன், பெருந்தேவி, சேக்கிழார் ஆகியோரது கவிதைகளும், ‘தை’ இதழ்களில் பச்சியப்பன், கோசின்ரா, அழகிய பெரியவன், இளம்பிறை, அழகுநிலா, தென்றல் ஆகியோரின் கவிதைகளும் ‘அணங்கு’வில் கு.உமாதேவியின் கவிதைகளும் இடம்பெற்றுள்ளன.

உயிர்மை இதழ்களில் தேவதச்சன், க.மோகனரங்கன், உமா மஹேஸ்வரி, மனுஷ்யபுத்திரன், குலசேகரன், முகுந்த் நாகராஜன், ராணிதிலக், தென்றல், ரோஸ்ஸின், இசை, கோகுலக்கண்ணன் போன்றோரின் கவிதைகளும், காலச்சுவடு இதழ்களில் குல சேகரன், பழனிவேள், ரோஸ்லின், சல்மா, மஜீத், அப்பாஸ், கனிமொழி, ஷராஜ், ராஜேஷ், சரவணன் 1978, கு.உமாதேவி, தபசி போன்றோரின் கவிதைகளும், தீராநதியில் புட்டா, லட்சுமி மணிவண்ணன், அய்யப்பமாதவன், கோசின்ரா, யவனிகா ஸ்ரீராம், ராணிதிலக், குலசேகரன், பிரான்ஸிஸ் கிருபா, கடற்கரய், தேவேந்திர பூபதி, தேவதச்சன், சுகிர்தராணி போன்றோரின் கவிதைகளும் வெளியாகியுள்ளன.

வனம் இதழில் வெளியாகியுள்ள பிரம்மராஜன் மற்றும் தேவ தச்சன் கவிதைகள் இன்று எழுதும் இளந்தலைமுறைக்குச் சவாலை விடுக்கின்றன. ‘பிருஷ்டமும் மார்பகமும் இடம்மாறிப் போனவள் வலது செருப்பை மாற்றியணிகிறாள்’ என்றும் ‘பேசினால் மலை உடைந்துவிடும் போல் இருந்தது’ எனவும் எழுதும்– காட்சிபூர்வமாகவும், மனநிலை சார்ந்தும் புதுமையாய் யோசிக்கும் இவர்களைக் கடக்கவே தமிழ்க்கவிதைக்குக் கால் நூற்றாண்டு தேவைப்படும் போலிருக்கிறது.

ராணிதிலக் இந்த ஆண்டில் அதிகக் கவிதைகளை அதிக இதழ்களில் வெளியிட்டவர் என்ற பெருமைக்குரியவர் ஆகிறார்.

நாகதிசைக்குப் பின் இவரது உரைநடைக் கவிதை என்ற வடிவம் பரவலாக பலரது கவனத்தையும் பாராட்டையும் பெற்றிருக்கிறது. அதேபோன்று கண்டனங்களையும். ஆனால் இன்று உரைநடைக் கவிதை வடிவம் பலராலும் எழுதிப் பார்க்கும் ஒன்றாக மாறியிருப்பதே இக்கவிதைகளின் புதுமைக்கும் வெற்றிக்கும் சான்றாகிறது.

ராணிதிலக்குக்குப் பிறகு அதிக இதழ்களில் அய்யப்ப மாதவனின் கவிதையைக் காண முடிகிறது. மூன்று தொகுதிக்குப் பின்பும் தொடர்ந்து தீவிரமாக எழுதுபவராக உள்ளார். இவருடைய கவிதைகளின் புனைவுவெளி நகர நெருக்கடியிலிருந்து தப்பித்து இளைப்பாற இவரால் உருவாக்கப்படுவதாகத் தோன்றுகிறது. தொடர்ந்து நிறைய எழுதும் இவ்விருவரும் தொடர்ந்து நிலைபெற இந்த வடிவங்களிலிருந்து தம்மை மீட்டுக்கொள்ள வேண்டும்.

லட்சுமி மணிவண்ணனின் சமீபத்திய அஃப்சல், சதாம் குறித்த கவிதைகள் தமிழுக்குப் புதிய வரவுகளாகும். உலகளாவிய தளத்தைத் தமிழ்க்கவிதை ஏற்க வேண்டும் என முன் மொழிவதாகத் திகழ்கின்றன இக்கவிதைகள். குழந்தைகளின்மீதும் ஒடுக்கப் பட்டவர்களின் மீதும் செலுத்தப்படும் வன்முறையைக் குழந்தை களைக் கொண்டே திறந்து காட்டியுள்ளார் யவனிகா ஸ்ரீராம்.

கோகுலக் கண்ணன் கதைகளைப் போன்றே வினோத விவர ணைகளை எதிர்பாராத பின்னணியோடு கவிதைகளில் உரு வாக்கி வருகிறார். தமிழுக்கு ஒரு மலர்ச்சி ஏற்படுத்துவதாக உள்ளன இவரது உயிர்மை கவிதைகள். ‘அரசி’ கவிதைக்குப் பின் மனுஷ்யபுத்திரன், கவிதைகளைப் புறவயமான சமூகப் பார்வையைக் கொண்டதாக நகர்த்துவதாகத் தெரிகிறது. குளோரின் தண்ணீர் மற்றும் தற்கொலைகள் குறித்த கவிதை கள் இவ்வகையில் குறிப்பிடத்தகுந்ததாகிறது. ஆனால் மனுஷ்ய புத்திரன் அவருக்கான ஆற்றலை இதைப் போன்ற கவிதைகளில் வீணாக்குகிறாரோ எனத் தோன்றுகிறது.

‘ஒருபிடி மண்’ தொகுப்பு மூலம் 80-களில் அறிமுகமான குலசேகரன் மீண்டும் இவ்வாண்டு குறிப்பிடும்படியாகத் தெரியவந்துள்ளார். நுண்ணிய காட்சிகளை அவற்றுக்கேற்பப் பிரத்யேகமான மொழியமைப்பில் கூறும் குலசேகரன் குழந்தை

உலகத்தை அவர்களின் கதையுலகத் தர்க்கத்தோடு கவிதையாக்கியுள்ளார். கைலாஷ்சிவன் இடைவெளிக்குப் பிறகு மீண்டும் புதுப்பொலிவுடன் எழுத வந்துள்ளார். கடற்கரய் தன் முதல் தொகுப்புக்குப்பின் இவ்வாண்டில் கவனிக்கத்தக்க கவிதைகளை எழுதியுள்ளார். தீராநதியில் தொடர்ந்து எழுதும் தமிழின் நம்பிக்கையூட்டும் இளங்கவிஞராக இவரைக் குறிப்பிடலாம். பழனிவேள் 'தவளைவீடு' தொகுப்புக்குப்பின் மொழிநடையில் கூடுதலான கவனம் செலுத்தி வருகிறார். இவரது கவிதைகளில் உருவாகும் கடினத்தன்மையைக் கையாளும் பொருளாம்சத்திலும் வேறுபட்ட நிலக்காட்சிகளாலும் பரிச்சயமில்லாத கலைச்சொற்களாலும் ஏற்படுத்தும் இவர் பிரம்மராஜனின் கவித்துவ பண்பை சுவீகரித்துக் கொண்டும் அசலான கவிஞராகத் திகழ்கிறார்.

இவர்களைத்தவிர தொகுப்புகள் வெளியிடாத பல இளங்கவிஞர்களின் கவிதைகளும் வியக்கத்தகும் அளவுக்கு வெளியாகியுள்ளன. தென்றல், இசை, எஸ்.சுதந்திரவள்ளி, கு.உமாதேவி, இளங்கோ கிருஷ்ணன், கணேசகுமாரன், மெய்யருள், சேக்கிழார், வா.மு.கோமு, ரோஸ்லின், கவிதா, ஷராஜ், ராஜேஷ், ஸமீரா, சரவணன் 1978, சீ.கோவிந்தராஜ் என நீள்கிறது பட்டியல். பெயர் அடையாளம் பெறுமளவிற்குப் பலரும் மெச்சத்தகுந்த கவிதைகளை எழுதியுள்ளனர். அட்சரம் இதழில் ஏற்கனவே அறிமுகமான தென்றல், தற்போது காலச்சுவடு, அணங்கு இதழ் கவிதைகளின் மூலம் சிறப்பாகத் தெரியவந்துள்ள கு.உமாதேவி, உன்னதம் வழியாக அறிமுகமாகும் இளங்கோ கிருஷ்ணன், சிலேட் இதழில் வெளிவந்து பலரும் பேசிய கவிதைகளை எழுதிய எஸ்.சுதந்திரவள்ளி, கருக்கல், இறக்கை போன்ற இதழ்களில் கவிதை பங்களிப்பு செய்துள்ள இசை, புது எழுத்து அறிமுகமான சீ.கோவிந்தராஜ் ஆகியோர் இனிவரும் ஆண்டுகளில் குறிப்பிடத்தகுந்த கவிஞர்களாக வளரக்கூடும். அந்தளவிற்கு மொழிப் பிரக்ஞையும், உள்ளடக்கத் தேர்வும், கவித்துவத்தின் எல்லையை தொடும் உண்மையான கவிதையாக்கமும் கொண்டவர்களாக உள்ளனர். காலம் முடிவு செய்து சில பெயர்களை ஸ்திரப்படுத்துவதும் பல பெயர்களை உதிரச்செய்வதும் உண்டு. ஆனால் இப்பட்டியலில் உதிரும்

பெயர்கள் குறைவாகவே இருக்கும் என்பது இவர்களின் கவிதைகளை முன்வைத்து கூறும் உண்மைக் கூற்றாகும்.

(தமிழ்க்கொடி, ஆழித் தொகுப்பு நூல், 2006)

பயன்பட்ட நூல்கள்

1. உப்பு - பிரேம் ரமேஷ், உயிர்மை பதிப்பகம், சென்னை.
2. கொலை மற்றும் தற்கொலைப்பற்றி - ரமேஷ் பிரேம், மருதா பதிப்பகம், சென்னை.
3. எதிர்ப்புகள் தோன்றி மறையும் இடம் - லட்சுமி மணிவண்ணன், சந்தியா பதிப்பகம், சென்னை.
4. சொற்கள் உறங்கும் நூலகம் - யவனிகா ஸ்ரீராம், காலச்சுவடு பதிப்பகம், நாகர்கோயில்.
5. சந்தோஷத்தின் பெயர் தலைப்பிரட்டை - சங்கரராமசுப்ரமணியன், சந்தியா பதிப்பகம், சென்னை.
6. இக்கடல் இச்சுவை - பெருந்தேவி, காலச்சுவடு பதிப்பகம், நாகர்கோயில்.
7. கைமறதியாய் வைத்த நாள் -எம். யுவன், உயிர்மை பதிப்பகம், சென்னை.
8. காலத்தின் சில 'தோற்ற' நிலைகள் - ரிஷி, காவ்யா, சென்னை.
9. பிஷப்புகளின் ராணி - அசதா, யுனைடெட் ரைட்டர்ஸ், சென்னை.
10. நீலி - மாலதி மைத்ரி, காலச்சுவடு பதிப்பகம், நாகர்கோயில்.
11. பிறகொருநாள் - இளம்பிறை, சந்தியா பதிப்பகம், சென்னை.
12 என் கடவுளும் என்னைப் போல் கருப்பு - கோசின்ரா, குமரன் பதிப்பகம், சென்னை.

13. நீர் மிதக்கும் கண்கள் - பெருமாள் முருகன், காலச்சுவடு பதிப்பகம், நாகர்கோயில்.

14. என்ன செப்பங்கா நீ -சோலைக்கிளி, காலச்சுவடு பதிப்பகம், நாகர்கோயில்.

15. அரூப நஞ்சு - அழகிய பெரியவன், யுனைடெட் ரைட்டர்ஸ், சென்னை.

16. மயன் சபை - தபசி, யாழ் வெளியீடு, திருச்சி.

17. ரகசிய மொழி -பயணி, சாரல் மின்னிதழ் வெளியீடு, அறச்சலூர்.

18. துவிதம் - ஆழியாள், மறுபதிப்பகம், ஆஸ்திரேலியா.

19. சுள்ளிக்காடும் செம்பொடையானும் - மஜீத், அடையாளம், புத்தாநத்தம்.

20. நிழலின்றி ஏதுமற்றவன் - பிரான்ஸிஸ் கிருபா, யுனைடெட் ரைட்டர்ஸ், சென்னை.

21. மிதக்கும் மகரந்தம் -எழிலரசி, காலச்சுவடு, நாகர்கோயில்.

22. மழை பூக்கும் முந்தானை -பச்சியப்பன், காவ்யா, சென்னை.

சங்கரராமசுப்ரமணியனின் "காகங்கள் வந்த வெயில்"

''காகங்கள் வந்த வெயில்'' - சங்கரராமசுப்ரமணியனின் இரண் டாவது கவிதைத் தொகுப்பு. முதல் தொகுப்பாகிய ''மிதக்கும் இருக்கைகளின் நகரம்'' சிறுபத்திரிகை தளத்தில் கவனிக்கப் பெற்ற நூல். இத்தொகுப்பில் மொத்தம் 31 கவிதைகள் இடம் பெற்றுள்ளன. ஒரு பக்கத்துக்கு ஒரு கவிதையென பழக்கமாகி விட்ட கவிதைத் தொகுப்புகளிலிருந்து இத்தொகுப்பு பல்வேறு விதங்களில் மாறுபட்டுள்ளது. எளிய, உரைநடைத் தன்மை-யிலான புனைவு மொழியில் சில கவிதைகள் மூன்று பக்கங்கள் வரை நீள்கின்றன. இதை அவரது நிதானமான விவரணைப் பாங்கு உருவாக்கியுள்ளது எனலாம். உரைநடைப் பத்தியாகவே சில கவிதைகள் எழுதப்பட்டுள்ளன. இன்றைய நவீன புனைகதைகளிலிருந்து ஒரு பத்தியைத் தேர்ந்து ஒப்பிட்டால் இவரது இவ்வகை கவிதைகள் பலவீனமாய் தெரியலாம். (இவ்வகைக் கவிதைகளுக்குச் சிறந்த காட்டாக உயிர்மை இதழில் வெளியான ராணிதிலக்கின் கவிதைகளைக் கூறலாம்) பிற கவிதைகளின் மொழிதான் எளிமையே தவிர அது வழங்கும் புனைவனுபவத் தளம் விஸ்தாரமானது. பல கவிதைகள் தலைப்புகள் வேண்டாதவை. அவ்வாறே இக்கவிதைகள் நாடு, மதம், கலாச்சாரம், அரசியல் என எந்த வட்டத்துக்குள்ளும் அடங்காதவை. ஏனெனில் இத்தொகுப்பின் மைய இழை சிறார் உலகும், அவர்கள் தொடர்பான புனைவு மனமுமாகவே உள்ளது.

பிரஞ்சுக் கவிஞர் ழாக் பிரேவரின் ''சொற்கள்'' தமிழ் நவீன கவிதையில் கணிசமான தாக்கத்தை ஏற்படுத்தியுள்ளது. (பசுவய் யாவின் ''யாரோ ஒருவனுக்காக'' தொகுப்பையும், ஆத்மாநாம் கவிதைகளையும் இவ்வகையில் குறிப்பிட வேண்டியது அவசியமெனப்படுகிறது) இத்தாக்கத்துக்காட்பட்ட கவிஞர்களுள் சங்கரராமசுப்ரமணியனும் ஒருவர். இதை அவரது முதல் தொகுப்பின் முன்னுரையிலேயே குறிப்பிட்டுள்ளார்.

சங்கரராமசுப்ரமணியன் தன் கவிதைகளின் மூலம் பால்ய நினைவுகளை மீள் உருவாக்கம் செய்தும், அதைக் கடந்து அடுத்த கட்டத்துக்குக் கொண்டுவரும் வளர்ச்சி மாற்றத்தையும் பதிவுசெய்கிறார். இவரது கவிதைகளில் பால்யம் குறித்த காட்சிகள், அனுபவங்கள், நினைவுகள் வரிகளாகவும் மொத்தக் கவிதையாகவும் உருவாகியுள்ளன. இத்துடன் பால்யத்திலிருந்து வாலிபத்தையடையும் (இதைப் ''பெரியவர்களாதல்'' என அவரே குறிப்பிடுகிறார்) அனுபவங்களும் கவிதைகளாகப் பதிவு செய்யப்பட்டுள்ளன. இதை அவரது சுயமாகிய ''தன்னிலை''-யிலிருந்தும் ''பிறர்'' என்னும் அனுபவங்களோடும் முன்வைத்துள்ளார்.

ஏறக்குறைய தொகுப்பின் சரிபாதி கவிதைகளில் சிறார் மற்றும் அவர்களது உலகம் இடம் பெற்றுள்ளது. ''பால்யம்'' என்ற கவிதையில் இது மிக வெளிப்படையாகவே வைக்கப் பட்டுள்ளதைக் காண்கிறோம். சாப்ளினைப் பற்றிய ஒரு குறிப் பிடத்தகுந்த கவிதையும் சாப்ளினின் பால்ய பருவத்தையே புனைவாகச் சித்திரிக்கிறது. ''நாங்கள் சிறுவர்களாக இருந்த போது'' எனத் தொடங்கும் கவிதையின் இடையில் ''நாங்கள் பக்குவப்பட்டப் பெரியவர்களாகிவிட்டோம்'' என்ற ஒரு வரியும் இடையோடுவதை குறிப்பிடவேண்டும். ''அவர்கள் பெரியவர்களாகி விட்டார்கள் என்றுதான் அவர்களுக்கு எப் போதும் நினைப்பு'' எனத் தொடங்கி ''அவர்கள் பெரியவர்கள் ஆகாமல் போனதற்கு அவர்கள் காரணமில்லை'' என முடியும் நீண்ட கவிதையும் சிறார் பருவத்தைக் கடந்து பௌதிகமாக வளர்ச்சியுற்றும் மனஉலகில் தொடர்ந்து சிறார் உலகில் சஞ் சரிக்கும் ஏக்கத்தின் பதிவுகளாகக் கருதலாம். தன் முன்னுரையில், ''மொத்தத்தில் நாங்கள் பெரியவர்களாகத் தொடங்கியுள்ளோம்'' என்ற வரியும் இவற்றுடன் சம்பந்தப்பட்டதாகவே கொள்ள முடியும்.

''அவள் சிறுமியாயிருந்தபோது'' எனத் தொடங்கும் கவிதை –வெள்ளியோனி பரிசளிக்கப்பெற்ற சிறுமி, பருவமடைந்து தலைமைச்செயலக அதிகாரியை மணந்து வெள்ளியோனி அம்மாவாகிறாள். பின் அவர்கள் தம் சிறுமிக்கு தங்கயோனியை பரிசளிப்பதாக விவரிக்கிறது. (இக்கவிதையில் யோனி என்ற

வார்த்தைப் பிரயோகம் பத்துக்கும் மேற்பட்டு பதினான்கு இடங்களில் உபயோகப்படுத்தப்பட்டுள்ளது.) இக்கவிதையின் முக்கியப் பொருண்மை சிறார் பருவமும் அதைக் கடந்து வளர்ச்சி பெறும் அனுபவத்தின் கவித்துவ பதிவும்தான். இவற்றைத் தவிர ஜிம்கார்பெட் பற்றிய கவிதையும், கௌரி –கௌரி அம்மாள் ஆகும் பிறிதொரு கவிதையிலும் இத்தகைய புனைவம்சமே கையாளப்பட்டுள்ளது.

இத்தொகுப்பின் மற்ற சில கவனிக்கத் தகுந்த கவிதைகளென "பறவைகள் விற்பவன்," "யாரும் தொந்தரவு தராத", "அவர்கள் செண்பகாதேவி அருவிக்கு போகவேண்டும்" எனத் தொடங்கும் கவிதைகள், நகரப் பேருந்தேறும் தீக்கோழி, சிங்கத்துக்கு பல்தேய்க்கும் வேலை, மோட்டார் சைக்கிள் ஆகிய கவிதைகளையும் குறிப்பிட வேண்டும். ஆழ்ந்த காரணங்கள் ஏதுமின்றி இவை வாசிப்பின் முதல் அனுபவத்திலேயே நம்மை ஈர்த்துக்கொள்கின்றன. இவற்றை சமீபத்திய மாறுபட்ட தளத்திற்கான உதாரணங்களாகக் கொள்ளலாம். இவற்றில் தீக்கோழி, சிங்கம், மோட்டார் போன்றவற்றை இன்ன பிறவற்றுக்குக் குறியீடாகவோ படிமமாகவோ அவரவர் வாசிப்புக்கேற்ப பொருள் கொள்ள இடமிருக்கிறது என்றாலும், அவ்வாறில்லாமல் நேரடியான பொருள் கொள்ளுதலே நவீன கவிதையின் குறிப்பிடத்தகுந்த அம்சமாக இருக்கும்.

இன்றைய நவீன புனைகதைகளில் நகுலன், பிரமிள் போன்ற மூத்தக் கவிஞர்களின் கவிதை மொழியின் தாக்கம் மிகுந்தும் அதைக்கடந்தும் மேலும் தீவிரமடைந்திருக்கிறது எனலாம். இதே தருணத்தில் நவீன கவிதையின் மொழி அத்தளத்திலிருந்து விலகி மிகவும் எளிமையான புனைவு மொழியாகத் திருப்பம் கொண்டிருக்கவும் செய்கிறது. இவ்வாறு புனைகதை, கவிதையின் மொழியைக்கைக்கொண்டிருப்பதையும் நவீனகவிதையின் மொழி உரைநடைத் தன்மையிலானதாக எளிமைப்பட்டிருப்பதையும் ஒரு சேர கவனித்துப்பார்க்க வேண்டியுள்ளது. உரைநடை-யில்கூட கவிதையின் உச்சபட்ச மனநிலையை உருவாக்கிட முடியும் என்பதை சங்கரராமசுப்ரமணியனின் சில கவிதைகள் இத்தொகுப்பின் மூலமாக சாத்தியமாக்கியுள்ளது.

(தீராநதி, 2005)

சில வாக்கியங்களின் இடைவெளிகளில்தான் எப்போதும் நான் கவிதைகளைத் தவறவிடுகிறேன்

(லக்ஷ்மி மணிவண்ணனின் ''அப்பாவைப் புனிதப்படுத்துதல்'')

வெளிவந்து பதினைந்து மாத காலமாகியும் இன்னும் பலரது கவனத்துக்கு வராமல் (தீவிர வாசகர்களிடையேகூட) உள்ள லக்ஷ்மி மணிவண்ணனின் சமீபத்திய கவிதைத் தொகுப்பு ''அப் பாவைப் புனிதப்படுத்துதல்''. அனன்யா பதிப்பக வெளியீடு. மேலே தலைப்பாகக் கொடுத்துள்ளது அத்தொகுப்புக் கவிதை யொன்றின் வரியாகும். எதிர்மறையான கருத்தைப்போல் இவ்வரி தொனித்தாலும் அதை நேர்மறையானதாகவே கருதலாம். சில வாக்கியங்களின் இடைவெளியில் கவிதையைத் தவறவிடுவது அப்படியொன்றும் பெரிய புகாருக்குரியது அல்ல என்பதுபோல. ஏனெனில் நூலின் முன்னுரையிலும் இவ்வாறு கூறுகிறார்: ''தமிழில் இன்று எழுதத் தொடங்கியிருக்கும் எல்லோரும் தரமான கவிதைகளையே எழுதுகிறார்கள். நவீன காலத்துக்குப்பின் எழுதிய கவிஞர்களின் கவிதைகளிலிருந்து உருவான தரம் இது. இன்று தரமான கவிதையை எழுதுவது என்பது மிகவும் சாதாரணமானது. வாசகர்களின் எண்ணம் பல மடங்கு கொண்ட இதழ்களின் வாசகர்களும்கூட தரமான கவிதையை எழுதுவது என்பது லக்ஸ் சோப் உபயோகிப்பதைப் போன்றது.

''தரமற்ற கவிதையை எழுதுவது எனும் சவாலான காரியம் இன்னதென யூகிக்கவோ, அனுமானிக்கவோ திட்டமிடவோ இயலாதது. தரமற்ற கவிதையில் இன்றைய கவிஞன் விருப்பம் கொள்ள வேண்டும் என்பதுதான் நான் தாழ்மையோடு வேண்டும் எதிர்பார்ப்பு.'' இது ஒருவித அதிர்ச்சி மதிப்பீட்டிற்காக கூறப்பட்டதாகத் தெரியவில்லை. கடந்த பதினைந்து (அ) இருபது ஆண்டுகளுக்கு மேலாகத் தீவிரமாக இயங்கிவரும் ஒரு கவிஞனின் அர்த்தபூர்வமான ஒரு கருத்தாகவே நாம் கொள்ளவேண்டும். ஒரு கவிதையில் கவிதையைத் தவற விடுவதும் ஒரு கவிதையை தரமற்ற கவிதையாக எழுத விரும்புவதும் ஒன்றுதான். அதாவது கவிஞன் அதை தன் கவனத்துக்குட்பட்டு செய்யும்போது.

தம் வாழ்நாளில் ஒரே ஒரு "நல்ல" கவிதையையாவது எழுதி– விட வேண்டும் என பலர் பெருமுயற்சி கொண்டிருக்கும் சூழலில் ஒரு குரல் இப்படி ஒலிப்பது என்பது தரமான கவிதை என அடையாளம் காணப்படும் கவிதைகளில் உருவாகி நிற்கும் ஒரு "மொன்னை"த் தன்மையைக் கலைத்துப் பார்க்கவே எனலாம். இயக்கமற்ற நிம்மதியைவிட நிம்மதியின்மையோடு இயங்குவது என்பது ஒரு தீவிர வாழ்நிலையாளனின் அழகியல் போக்காகவும் திகழக்கூடும். ஒருவேளை "Perfect person" மீதிருக்கும் அதிருப்தியைத்தான் மணிவண்ணன் "Perfect poetry" மீது பொருத்தித் தரமற்ற கவிதையைக் குறித்து ஆவல்படுகிறாரோ எனவும் ஐயுறலாம். தரமான கவிதைகள், தரமற்ற கவிதைகள் என மணிவண்ணன் பேதப்படுத்திப் பேசினாலும், அதை வரையறை செய்வதோ அல்லது விளக்கப்படுத்துவதோ அத்தனை எளிதானதல்ல. கவிதையை நல்ல கவிதை, கவிதையல்லாதது என்றும்கூட வகைப்படுத்தலாம். என்னைப் பொருத்தமட்டில் வாசிப்புத் தன்மையில் என்னுள் ஒரு கவிதை ஆற்றும் எதிர் வினையைக் கொண்டே அது கவிதையா அல்லது கவிதை அல்லாததா என தீர்மானிக்கத் துணிவேன். சீரிய இலக்கியத் தளத்தில் இயங்குபவர்கள் வெகுசன கவிஞர்களின் கவிதை களைத் தரமற்றவையாகவும், அதேவேளை சீரிய கவிதைகளை வெகுசன கவிதைப் பிரியர்கள் தரமற்றவையாகவும் கொள்வதை நாம் நினைவில் கொள்ள வேண்டியுள்ளது.

ஒரு வசதி கருதி இத்தொகுப்பிலுள்ள கவிதைகளை பொருள் இன்பம் அறம் என ஆசிரியரே பாகுபடுத்திக் கொடுத்துள்ளார். வள்ளுவத்தை இது நினைவுப்படுத்துவது போன்றே தன் முன்னுரையில் வள்ளுவர் குறித்த தம் அபிப்பிராயத்தைப் பதிவு செய்திருக்கிறார். ஒரு நவீன கவிஞன் வள்ளுவரைக் குறித்து என்ன கருத்தை வைத்திருக்கிறான் என ஆவல்படுபவர்களுக்கு இது தேவைப்படலாம். ஆனால் தான் கூறவந்ததை சற்று தெளிவுபட கூறியிருக்கலாம் எனத் தோன்றுகிறது. ஏனெனில் அறமே அதிகாரமாகச் செயல்படுவதைக் குறித்த புதிய சொல்லாடல்கள் நம் காலகட்டத்தில் கவனப்பட்டுள்ளதைப் பொருட்படுத்தியாக வேண்டும். வள்ளுவரே அறத்தையும் ஒழுக்கத்தையும் ஒரே பார்வையில் பார்த்தவர்தான் என்பது என் புரிதலுமாகும். மணிவண்ணனது கவிதைகளில் உருவாகியிருப்பதும் ஒருவகை

அறம்தாம். ஆனால் வள்ளுவரின் அறத்தோடு இணைந்து போகக்கூடியது அல்ல அது. ஒருவகையில் வள்ளுவத்தில் மிஞ்சி நிற்கும் சில கெட்டித்தட்டிப்போன அறத்தையும் கலைத்து அதற்கெதிரான இன்றைய எதிர் அறம் அல்லது எதிர்ப்பு அறமாக அது உள்ளது.

இதுகாறும் சமூகம் கட்டிக் காத்து வந்திருக்கிற பல விழுமியங்களின் மீது ஒருவித தாக்குதலை நிகழ்த்துவது என்பதை மணிவண்ணனது கவிதைப் பாணியாகக் கொள்ளலாம். அல்லது அன்றாட சமூகத் தன்மைகளின்மீது ஒரு கலகத் தன்மையை ஊடாடச் செய்வது. வாழ்வின் பலவித மழுங்கடிக்கப்பட்ட தன்மைகளை சகித்துக் கொள்ளவியலாத உணர்வாளனின் எதிர்ப்புச் செயலாக இக்கவிதைகளில் தம் எதிர்ப்புணர்வை வெளிப்படுத்தியுள்ளார் மணிவண்ணன். மொழிரீதியாகச் செயல்படும் ஒருவனின் எதிர்ப்புணர்வை இவ்வகையானதாகவே நாம் எதிர்பார்க்கமுடியும். புனிதமாக வணங்கப்படும் பாடிகாட் முனிஸ்வரர் இவர் கவிதையில் ஆட்டோ ஓட்டுகிறார். அவருக்கு மட்டுமல்ல பாலமுருகன், பச்சையம்மன் முதலான பலருக்கும் தொழில் ஆட்டோ ஓட்டுவதுதான். கோவிலில் புனிதமாக ஒலிக்கப்படும் "நமச்சிவாய" மந்திரம் டீக்கடையில் எதிரொலிக்கக் கேட்கிறோம். "ஆண்டாளுக்குக் கன்னித்திரை சிகிச்சை" என்ற வரியைக் கவிதையினூடாக சந்திக்கையில் நாம் அடையும் உணர்வு எத்தகையதோ அதற்குச் சற்றும் குறையாதது "கடவுளுக்கு மலம் முட்டியது" என்ற வரியின் மூலமாக நாம் அடைவதும். அதுமட்டுமல்ல கடவுள் தேசிய நெடுஞ்சாலையின் ஓரத்தில் நின்று மாதவிடாய்ப் புணர்ச்சி ஆதாரப் புத்தகத்தைப் படித்தவாறும் இருக்கிறார். இவர் தொகுப்பின் பல கவிதைகளிலும் கடவுள் தன்மையை இவ்வாறெல்லாம் விமர்சிக்கும் அல்லது விஸ்தரித்துக் காட்டும் மனநிலை சாத்தான் சார்பானதா எனில் அவ்வாறும்தான். இன்றைய நவீன கவிதைகளில் நவீனத்துவ கவிதைகளைக் காட்டிலும் கடவுளும் அதற்கெதிரிடையான சாத்தானும் இடம்பெறுவதையும் கவனத்தில் கொண்டாக வேண்டும். கடவுளைக் கைவிட்டுவிட்டதாகப் பாவனை செய்யும் சமூகத்தில் எழுதப்படும் இன்றைய கவிதைகளில் கடவுள்/சாத்தான் சொல்லாடலின் இடம் தவிர்க்க முடியாமை குறித்தும் நாம் யோசிக்க வேண்டும்.

இத்தொகுப்பின் வெளிப்படையான இரண்டு அரசியல் கவிதைகளான ‘விருந்து’, ‘41-யி,75’ ஆகியவற்றில்கூட கடவுள் இடம் பெற்றிருப்பதைக் கவனிக்கிறோம். ஒன்று சதாம் உசேன் குறித்தது. மற்றது அப்சல் குருவுக்கு சமர்ப்பிக்கப்பட்டது. மணிவண்ணனின் கவித்துவபூர்வத்தை மீறி அரசியல் சார்பு இவற்றில் வெளிப்பட்டுள்ளது. இசுலாமியத்துக்கு எதிரான உலகளாவிய நடவடிக்கைகளை விமர்சித்தோ அல்லது உரை யாடலை முன்வைக்கவோ இவை எழுதப்பட்டதாகக் கருதலாம். இத்தனை வெளிப்படையாக ஒரு நவீன தமிழ்க் கவிஞன் அரசியலை முன்வைத்திருப்பது என்பது தமிழ்க் கவிதைப் போக்கில் புதியதொரு திறப்பை ஏற்படுத்தவே செய்யும். “சதாம் உம்மோடு நாங்களிருக்கிறோம். மேஜை விருந்து திறந்தே இருக்கிறது. எந்த நகரத்திலிருந்தும், எந்த தேசத்திலிருந்தும், எந்த இனத்திலிருந்தும் கலந்து கொள்ளும் வசதி விசித்திரமாக வரலாற்றை எதிர்ப்பார்த்துத் திகைக்கிறது. நீர்-நாங்கள்-சாத் தான் முடிவு செய்ய வேண்டியது நம் மூவரும்தான். எந்தக் கடவுளுக்கும் இந்த விருந்தில் இடமில்லை.” இந்தப் பிணக்கு (அ) புறக்கணிப்பு கடவுளின் மீதான அதீத எதிர்ப்பார்ப்பில் ஏற்பட்ட தொய்வின் மன நிலைதானே.

சிலபல அதிர்ச்சிகளை விநோத காட்சிப் படிமங்களாக தொடர்ந்து உருவாக்கித் தருவதும் இவர் கவிதைகளின் இயல்பாகக் கருதலாம். தண்டனைச் செய்தியை அறிவித்த காலைச் செய்தித்தாள் கொண்டு குறியைச் சுற்றி மூடினேன்; கழிவறைகளில் ஆண் குறிக் கரித்துண்டு கொண்டு எழுதப்பட்ட வரிகளின் ஊடே யோனிகளின் விநோத படங்கள்; யோனி அவியும் பலகார மணத்தையும் ஆண் குறிகளின் சுடுசாம்பல் நெடியையும்; மூஞ் செலிகள் எனது ஆண் குறியைக் கடிக்கும்போது; குளுக்கோஸ் புட்டியை நரம்பில் செருகிய தாதியை ஸ்டெக்சரில் மலர்த்திப் புணர்ந்தவன்; அலைபேசி ப்ளாஸ்டிக் யோனி யுவதிகளுக்கு மத்தியில்; தளர்ந்த புட்டம் பின்காட்டி வண்ணக்கோலம் வரைந்த நடுவயது அம்மையின் முலைகள் தொங்கி; பூனை வளர்க்கும் இரு கிழவிகள் நின்றவாறு மூத்திரம் பெய்து முற்றத்தில் தொடர் கோலமிடுகிறார்கள்; வீரியமான குறி குளமான நண்பனுக்கு நடிகைகள் மலங்கழிப்பதைத் தோன்றாமல் செய்ய யோசனையில் அவன் நடந்து செல்லும்போது காக்கை எச்சமிட்டார் கடவுள்...

இத்தகைய காட்சிப் படிமங்கள் மொத்தக் கவிதையின் ஆகிருதியைச் சற்றே சலனமுறச் செய்கிறதே தவிர பெரிதான குலைவு எதையும் ஏற்படுத்தி விடுவதில்லை. சில நேரங்களில் கவிதையின் அனுபவத்தை மீறி இக்காட்சிகளின் அனுபவம் மட்டுமே வாசகனின் மனதில் கூர்மையாகப் பாய்ந்து நிற்கவும் செய்யலாம்.

முழுக் கவிதையும் தெளிவும் தொடர்ச்சியும் பெற்று எளிய சொல்லலில் உயர்கவிதையாக மாறியுள்ள சில கவிதைகள் இத்தொகுப்பில் உண்டு. இவற்றைத்தான் ஒருவேளை மணி வண்ணன் தரமான கவிதைகள் எனக் கூறிப் புறக்கணிக்கத் துணிகிறாரோ தெரியவில்லை. முதல் கவிதையான "அப்பாவைப் புனிதப்படுத்துதல்" அத்தகையதான ஒன்று. இக்கவிதை குழந்தை களின் பார்வையில் அப்பாவை, கவிதைச்சொல்லியை மிகச் சிறப்பாக நிர்ணயம் செய்துள்ளது. சற்றே பிசகியிருந்தாலும் சுய இரக்கச் சாயலும், தன்னை விசேஷமான பிம்பமாக்கிக் கொள்ளும் பிரச்சாரமாகி மலினப்படுவதற்கான தன்மை இக்கவிதையில் உண்டு எனினும் அவற்றையெல்லாம் மீறி வாசகனை நெகிழ்ச்சிக்குள்ளாக்கும் கவிதைக்குரிய தனி லட் சணம் கூடப்பெற்றுள்ள கவிதையாக இது உள்ளது. இதே வகை யிலான மற்றொரு கவிதை, "என்னைப்போல் ஒருவன்" லக்ஷ்மி மணிவண்ணன் போன்ற ஒருவரை லக்ஷ்மி மணிவண்ணன் சித்தரித்துக் காட்டுகிறார். ஆனால் ஒருவகையில் அது அவர்தான் அல்லது அவரில்லைதான். "அவன் முக ரேகைளும் உடல் மொழியும் துன்பம் தருபவை பீதியூட்டுபவை", "நிறைபோதையில் மட்டும் கொடும் வார்த்தைகளால் அவன் உங்களைத் தீண்டுவான்" போன்ற வரிகளில் தன் சுயசித்திரத்தை வரைய முயன்றுள்ளார். "வளர்ப்பு மிருகம்" என்ற பிரிதொரு கவிதையில் இடம்பெற்றுள்ள "மூன்றாவது குவளை மது அருந்தியபின் எவரோடும் உறவு மூர்க்கமாகும் சமயம்" என்ற வரியையும் இவ்விடத்தில் பொருத்தி வாசித்துக் கொள்ளலாம். தகுதி வாய்ந்த ஒருவனின் தகுதிக் குறையும்போது அவன் மறைமுகமான ஏவலாளாக, இலவசப் பணியாளாக மாறிப் போவதின் துயரத்தைப் பகிரும் கவிதையாக இது முக்கியத்துவம் பெறுகிறது. "வாழ்ந்து கெட்டவன்" என்ற பிரயோகம் சுட்டும் அர்த்தம் லௌகீக ரீதியானது மட்டுமல்ல எனவும் கவிதையை

வாசிக்கையில் தோன்றுகிறது. மேற்கூறிய கவிதைகளில் தன்னை அல்லது தன் குணாம்சத்தை ஒத்த ஒருவனை வரையறை செய்ய முயல்வது போன்றே காதலையும், இன்றைய சில கவிஞர்களையும் வரையறை செய்ய முயலும் கவிதைகளாக 'HIV POSITIVE' மற்றும் 'கவிகள்' ஆகியவற்றைக் குறிப்பிடலாம். புரியாத படிமங்களோ, உணர முடியாத சிக்கலான அனுபவங்களோ ஏதுமில்லாமலேயே இவை குறிப்பிடத்தகுந்த கவிதைகளாக உருவாகியுள்ளன. மேற்கூறிய இந்நான்கு கவிதைகளைப் போன்ற பூர்ணத்துவம் பெற்ற கவிதைகளையே நல்ல வாசக மனம் மணிவண்ணனிடம் எதிர்ப்பார்க்கும் எனக் கூறலாம்.

பிறர் எவரும் எழுதிவிட முடியாத சில பிரத்யேக மனோநிலை பதியப் பெற்ற கவிதைகளையும் இத்தொகுப்பில் காண்கிறோம். "கொலைத் தொழில்" அத்தகைய "வன்ம அழகியலை"ப் பேசும் கவிதை, "கொலைக் கைதிக்கான காலையுணவு" கவிதை இவ் வாறு முடிகிறது: "எனது காலையுணவைத் தூரமாய் விலக்கு கிறேன். ஏதேனும் ஒரு லாக்கப்பிலிருக்கும் கொலைக் கைதிக்கு எனது காலையுணவு சென்றடையட்டும் என்கிற உயிர் பிரயாசையில்..." இந்தப் பரிவும் காருண்யமும், தமிழ்க் கவிதை வரலாற்றில் இதுவரை காணக் கிடைக்காத ஒன்றாகும். "புலரி யில் தொடங்கி புலரியில் முடியும் கதை" காமத்தின் வதைக் களத்தில் சிக்கிய ஆன்மாவின் அலறலாக ஒலிக்கிறது. "கடுங் காமம் துரத்த தெருவழியே ஓடுவதை எவரிடம் சென்று முறை யிடுவேன் சிவனே அய்யா" என் மனமிறைஞ்சி முடிகிறது இக்கவிதை. காமம் குறித்து மட்டுமல்ல, காதலையும், குறிப்பாக நடுவயது காதலைக் குறித்தும் இரண்டு அருமையான கவிதைகள் "இன்பம்" என்ற பிரிவின் கீழ் இடம்பெற்றுள்ளன. காதலுக்கேயுரிய தனித்த ஈர்ப்பும்,ஓசைநயமும் கொண்ட "நான்" என்ற கவிதை வாசிக்குந்தோறும் இனிமை தருகிறது. "ஒரு கோடை" என்ற மற்றொரு கவிதையில் வருபவன் வித்தியாசமான காதலன், "சக காவலர்களால் அவள் கற்பழிக்கப்பட்டதைக் கனவில் கண்ட மறுதினம் தொடங்கி காவலுடைக்காரியைக் காதலிக்கத் தொடங்கியவன்" அவன். இந்த வினோதக் காதலும், காதல் கவிதை வரலாற்றில் புதிதானதே.

நூலின் இறுதியில் உள்ள "அறம்" பகுதியில் குறைவான கவிதைகளே இடம் பொற்றுள்ளன. பிரமிள் எழுதிய அதிரடிக் கவிதைகளை நினைவூட்டும் நடையில், உள்ளடக்கத்தையும்

இலக்கியத் துறை சார்ந்த எதிரிகளுக்கு அல்லது எதிரிகளாக நினைக்கத் தூண்டுபவர்களுக்கானதாகக் கொண்டுள்ளார். "அறம்" வைத்துப் பாடுவதான ஒரு கொந்தளிப்பு இக்கவிதைகளில் படிந்திருப்பதைக் காண்கிறோம். தவிர புத்தகத் திருவிழா குறித்த கவிதையில் கடும் விமர்சனம் மட்டுமின்றி எள்ளலும் சரி விகிதத்தில் கலந்து வாசிப்புக்கு சுவாரஸ்யம் கூட்டுகிறது.

லக்ஷ்மி மணிவண்ணன் எத்தனைக்கு உரைநடையாளரோ அத்தனைக்கும் கவிஞர். இதழாசிரியராக, நாவலாசிரியராக, சிறுகதையாளராக எனத் தமிழில் ஒரு லகுவான உரைநடையை உருவாக்கியவர் எனினும் கவிதையின்பால் தீராத ஆர்வத்தைக் கொண்டிருப்பவர், கவிதைகளின் மூலமாகத் தமிழ்க் கவிதையை வேறொரு திசைக்கு நகர்த்தியிருப்பவர். இதை இவரது அப்பாவைப் புனிதப்படுத்துதல் என்ற இத்தொகுதியும் மெய்ப்பிக்கிறது.

(கல்குதிரை, ஏப்ரல் 2011)

ஐந்திணையில் அலைவுறும் நவீன கலைமனம்

(ராணிதிலக்கின் 'நாகதிசை')

தொண்ணூறுகளின் பிற்பகுதியில் எழுதத் தொடங்கிய ராணி திலக்கின் முதல் கவிதைத் தொகுப்பு 'நாகதிசை'. தேர்ந்த மொழியும், நுட்பமான பார்வையும், புதுமையான புனைவம்சமும் கொண்ட இத்தொகுப்பு, நவீன தமிழ்க் கவிஞர்களுள் ஒருவராக ராணிதிலக்கை முன்னிறுத்துகிறது. முதல் தொகுப்புக்குரிய பலவீனம் என ஒரு கவிதையையும் நிராகரிக்க இயலாதவாறு மொத்தக் கவிதைகளும் முதிர்ந்த நிலையில் உள்ளன. நவீன கவிதை வாசகனுக்கு உற்சாகத்தையும் உத்வேகத்தையும் அளிக்கவல்ல ஈர்ப்பான கவிதைகளை இத்தொகுப்பு கொண்டிருக்கிறது. அன்றாடங்களை அன்றாட மொழியில் பதிவு செய்யும் இன்றைய பலரின் கவிதைகளிலிருந்து மிகவும் மாறுபட்ட மொழியில் மாறுப்பட்டப் புனைவு நிலையில் மாறுபட்ட அனுபவப் பின்னணியில் இத்தொகுப்பு வித்தியாசப் படுகிறது.

நவீன தமிழ்க்கவிதை சங்க செவ்விலக்கிய மரபிலிருந்து வெகுவாக விலகி வந்துவிட்டதாய் நாம் நம்புகிறோம். சங்க மரபின் திணைக் கோட்பாடுகளைக் கடந்து இன்றையக் கவிதையின் பாடுபொருள் முற்றாக வேறுபட்டு விட்டதான எண்ணம் நவீன வாசகனுக்கு இருக்கக் கூடும். ஆனால் நாகதிசையின் கவிதைகள் சங்க இலக்கியத்தின் முதல், கரு, உரிப் பொருட்களை கலைத்துப் போட்ட இயற்கையை பெரிதும் மையமாகக் கொண்ட அதிசயத்தக்க மீள்புனைவுக் கவிதைகளாக உருமாற்றம் கொண்டு விளங்குகின்றன.

நவீன மனிதனின் வாழ்வியல் குறிப்பிட்ட நிலப்பரப்புக்குள் அடங்கிவிடக் கூடியதல்ல. இயற்கையிலிருந்து மிக விலகி வந்துவிட்ட அவன் பருவ காலங்களின் வழியாகவே நிலப்பரப்பின் தன்மைகளை உணரக்கூடும். மட்டுமின்றி ஊடகங்களும், தகவல் தொடர்பும், போக்குவரத்துப் பயணங்களின் வழியாகவும் பலவித நிலப்பரப்புகளைக் கடந்துகொண்டிருக்கிறான். இயற்கை வெளியைப் பருண்மையாக இழந்து நிற்கும் இச்சூழலில்

கலை மனம் தாம் விரும்பும் புதுமையாகப் புனைந்தோ மரபுத் தன்மைகளை மறு உருவாக்கம் செய்தோ படைப்புக்களைத் தரக் கூடும்.

அகத்திணை, புறத்திணை என்ற சங்க இலக்கிய இருபெரும் பிரிவில் காதலை (காமத்தை) மையப்படுத்தும் அகத்தை மட்டுமே தேர்ந்து கூறப்பட்டனவாகப் பல கவிதைகள் இடம்பெற்றுள்ளன. தொகுப்பின் தொடக்கமே 'கைக்கிளைக் கவிதைகள்' என்ற தலைப்பின் கீழ் ஆறு கவிதைகளைக் கொண்டுள்ளது.

இக்கவிதைகளில் மட்டுமின்றி பிறகவிதைகளின் விவரணையிலும் நிலப்பரப்பையும், பருவங்களையும், உயிரினங்களையும் பதிவு செய்துள்ளதைக் காண்கிறோம்.

காகம், மீன், வெட்டுக்கிளி, நத்தை, நண்டு, மின்மினி, சில்வண்டு, தும்பி, கொக்கு, எலி, எறும்பு, விட்டில், பூனை, நரி, யானை, பாம்பு, கருடன், ஆந்தை, பருந்து, ஓணான், பட்டாம்பூச்சி, குயில், நாரை, தேன்சிட்டு, குருவி, கிளி, கரும்பூச்சி, மான், கடற்காக்கை, பல்லி, மரங்கொத்தி, புறா, மீன்கொத்தி, கடற்குதிரை, கடற்கன்னி, சிப்பி, என உயிரினங்கள் இந்த நவீன ஐந்திணையின் கருப்பொருள்களாக இடம்பெற்றுள்ளன. இவை திணை வாரியாக பாகுபாடு கொள்ளாமல் பல கவிதைகளிலும் விரவி வந்துள்ளன. பனி, மழை, கோடை, இரவு, மாலை என பெரும்பொழுதும் சிறுபொழுதும் கூட இக்கவிதைகளின் நிலக்காட்சிப் பின்புலத்தைப் பலப்படுத்துமாறு அமைந்துள்ளன.

ஆறு, ஏரி, அருவி, கடல், கிணறு போன்ற நீர்நிலை தொடர்பான சொற்களால் இத்தொகுப்பில் ஓர் ஈரத்தன்மை உருவாகி- யிருப்பினும் அதற்கு எதிரிடையாக சூரியன், வெயில், கதிர், நெருப்பு, தீ போன்றவை தொகுப்பு முழுவதிலும் ஓர் அனல் தகிப்பையும் வறண்ட நிலப்பரப்பையும் காட்சியாக்குகிறது. அக்னி நட்சத்திரக் கவிதைகளில் இப்பண்பு உச்சமாக உள்ளது. மலை, வனம், வயல், கடல், மணல், நண்பகல், மாலை, இரவு, மழை, பனி, கோடை, தாவரங்கள், விலங்குகள், பறவைகள், பூச்சிகள் என அலைந்து திரிந்த 'அலைதல்' பல கவிதைகளிலும் பதிவாகியுள்ளன. அலைதல் தன்வினையாக மட்டுமின்றி சேதன அசேதனங்களின் அலைவாகவும் நிகழ்கின்றன. 'எலி அவன் மனம் போலவே அலைகிறது. அலைகிறது ஒரு ஒற்றை

நட்சத்திரம், நிலவில் அலைந்து கொண்டிருக்கும் வெயில், பகல் இரவு கட்டங்கள் வழக்கம் போல் அலைகின்றன' என்றவாறு.

மேற்கண்ட இத்தன்மைகள் பழந்தமிழ்க் கவிதைத்தன்மை-யிலிருந்து உரைநடைத் தன்மை கொண்டவையாக மாற்றம்பெற்று தொகுப்பின் பிற்பகுதியில் உரைநடைக் கவிதைகளாக எழுதப் பெற்றக் கவிதைகள் வரை தொடர்ந்துள்ளதைக் காண்கிறோம். பலவிதமான வடிவ, நடை சோதனைகளில் ஈடுப்பட்டிருப்பினும் கவிதைகளின் பொருண்மையில் தொடர்ச்சியான ஒரு நுண் பார்வை கடைப்பிடிக்கப்பட்டிருப்பதைக் குறிப்பிட வேண்டும்.

அடுத்து தற்கால கவிதைகளில் உருவாகி வந்திருக்கும் மிகு புனைவுக் கூறுகள் இத்தொகுப்பில் ஒரு அடையாளத்தை ஏற்படுத்தும் வண்ணம் கையாளப்பட்டுள்ளன. இவ்வகையானப் புனைவுமொழி வாசகனை அலாதியான வேறொரு புனைவுலகத்துக்கு இட்டுச்சென்று அழைத்து வருகின்றன.

இவ்வகையான காட்சிகளின் வழியாக நாம் கவித்துவ உணர்வு மண்டலங்களைப் புதுப்பித்துக் கொள்வதோடு நவீன கவிதைகளின் பரப்புக்குள் நுழைந்து விட்டதையும் அறிந்துகொள்கிறோம்.

''உடலின் ஒரு பகுதி எரிந்து, இதயத்திலிருந்து பல நரம்புகளுக்கு சாம்பல் பாய்கிறது(ப.17), கடற்கரையில் ஒருவனிலிருந்து விடுபடும் விரல்கள் முலைகளை, யோனிகளைத் தொட்டுத் தடவி திரும்பி அவன் கைகளில் சேராமல் அந்தரத்தில் மிதக்கின்றன (ப.32), ஒரு கண்ணாடியில் முலைகள் வளர்ந்து கொண்டே துடிக்கின்றன (ப. 34), எப்போதும் மூடியிருந்து சிறுமியால் திறக்கப்படும் அறை இன்னொரு அறையுடன் ஒரு முத்தத்தைப் போல கலக்கிறது (ப.37), கனவிலும் யாராலும் கண்டடையாத படிமம் தன் நிழலில் சாய்கிறது (ப.41), ஒருவனின் தேகம் சில இரவுகளில் விந்தால் ஆனதுபோல் குழைகிறது (ப.42), யானைகள் பறக்கின்றன (ப.44), முதல் வரியில் இருந்தபடியே ஒரு மான் இரண்டாம் வரியில் நீர் அருந்திக் கொண்டிருக்கிறது (ப.49), குழந்தையின் சிரிப்பு அலைகளுடன் விளையாடுகிறது (ப.51), அஸ்தமன வெய்யிலில் தன்னை உருக்கிக் கொண்டு வாழும் துக்க மனோபாவக்காரனின் விரல்களிலிருந்து நதிகள் பறக்கின்றன (ப.52),

தெருவைப் பறிக்காமல், மதிலைப்பறிக்காமல் வேலிப்படலைப் பறிக்காமல், செடியைப் பறிக்காமல, ஒரு மொக்கைப் பறித்து வெவ்வேறு விதமான உடலில் கடக்கிறாள் சிறுமி (ப.56), வெயிலைப் பருகத் தொடங்கியவர்கள் அதன் கசப்பைச் சப்புக் கொட்டுகின்றனர் (ப.59), தம்ளர் இங்கே கவிழ ஒரு மணி நேர தூரத்தில் ஒரு தாள் நனைந்து கொண்டிருக்கிறது (ப.71)''

இவை போன்ற தொடர்களில்தான் இத்தொகுப்பு உச்சப்பட்சத் தகுதியை அடைகிறது. முழுமையான கவிதை அனுபவத்தைத் தர தவறுகிற சில கவிதைகளும் மேற்கண்டது போன்ற புனைவான காட்சிகளின் மூலமாக நிறைவெய்திவிடுகின்றன.

ஒரு கவிதையிலுள்ள வாத்தைகளைக் கலைத்துப்போட்டு மீண்டும் பலவிதமாக அடுக்கப்பட்ட பரிசோதனையாக 'நாகதிசை' என்ற தலைப்பின் கீழுள்ள கவிதைகள் அமைந்துள்ளன. இக்கவிதைகள் ஒரு விதத்தில் 'வார்த்தை விளையாட்டே கவிதை' என முன்மொழியக் கூடுமாயினும் தேர்ந்த வார்த்தைகளுடன் அறிவார்த்தமான கவிபுனைவுச் செயல்பாட்டில் தோன்றும் உணர்ச்சியே கவிதையைத் தீர்மானிக்கிறது என்பதை நிறுவுகின்றன. அறிவுபூர்வமான மொழிச் செயல்பாடே கவிதை என நிகழ்த்திக் காட்டியுள்ளன. நேரடி அனுபவமாக இல்லாமல் எழுத்தில் உருவான புனைவனுபவமாகத் திகழும் இத்தொகுப்பின் பல கவிதைகளைக் கலைத்து அடுக்கினால் மேலும் பல கவிதைகளைத் தரக்கூடும் என உறுதியளிக்கின்றன.

முக்கியமாக இத்தொகுப்பில் குறிப்பிட்டுச் சொல்லக்கூடியவை உரைநடைக் கவிதைகள். இம்முயற்சியில் 'சதுரங்கம்', 'கண்ணாடியில் மறைபவன்', 'இரு படிமங்கள்' ஆகியன சாதனைகள். பிரமிள், நகுலன் போன்ற மூத்தக் கவிஞர்கள் செய்து பார்த்த பரிசோதனை ராணிதிலக்கிடம் முழுமை பெற்றிருக்கிறது எனலாம். இனி உரைநடைக் கவிதைகள் தமிழின் ஒரு வகைமையாகவே வளருமளவுக்கு நம்பிக்கையூட்டுகின்றன. தொகுப்புக்குப் பின்பும் அவரெழுதியுள்ள இவ்வகைக் கவிதைகள் உற்சாகத்தைத் தருகின்றன.

ராணிதிலக்கின் கவிதைகள் ஒரே குரலையோ, வடிவையோ சாயலையோ கொள்ளாது பல்வித பரிசோதனைகளை மொழியிலும் பொருண்மையிலும், வடிவிலும் செய்து பார்த்துள்ளன.

பல இடங்களில் வார்த்தைகள், வாக்கியங்கள் உடைபடுகின்றன. வார்ப்புத்தன்மையை முற்றிலும் நிராகரித்தும், புதுமையாக நிகழ வேண்டும் என்ற வேகமும் துணிவும் கொண்டுள்ள இத்தொகுப்பு 2000-க்குப் பின்பான முக்கிய சில தொகுப்புகளில் ஒன்றாக அமைகிறது எனத் திண்ணமாகக் கூறலாம்.

(வனம்-4, 2005)

எஸ். சண்முகத்தின்
"கதை மொழி"

தொண்ணூறுகளில் அமைப்பியல், பின் அமைப்பியல், பின் நவீனத்துவச் சிந்தனை முறைகள் தமிழில் அறிமுகமான அதே காலக்கட்டத்தில்தான் எஸ்.சண்முகம் எனக்கு அறிமுகமானார். ராணிதிலக்கும் நானும் முனைவர் பட்ட ஆய்வைச் சென்னைப் பல்கலைக் கழகத்தில் மேற்கொண்டிருந்தபோது அடிக்கடி அவரைச் சந்திக்கும் வாய்ப்பு கிடைத்தது. கோணங்கி வந்தால் அவருடன் சென்றும் சந்திப்போம். ஆங்கிலத்தில் வாசிப்புப் பழக்கம் இன்மையால் இந்த நவீன கோட்பாடுகள் ஒருவகை மிரட்சியைத் தந்தன. தமிழவனின் 'ஸ்ட்ரக்சுரலிசம்' ஒரு நாவலைப் போல வாசிப்பில் சுவராஸ்யம் அளித்தது எனினும் முழுமையாகப் புரிந்து கொள்ள முடியாமல் இருந்தது. அதனால் கட்டுரையாளர்களை நேரில் சந்திப்பது கூடுதல் புரிதலுக்காக எனலாம். என்னுடைய ஆய்வு 'நவீன புனை கதைகள்' குறித்ததாக இருந்ததும் ஒரு காரணம். இவ்வாறு நவீன புனைவுகள் குறித்துப் பேச அடிக்கடி சந்திக்கும் மற்றொரு நண்பர் டி.கண்ணன். எப்போதேனும் எனது நெறியாளர் வீ.அரசுவைப் பார்க்க பல்கலைக் கழகப் பக்கம் நாகார்ஜுனன் வருவாா். சுமிழ்ரும் மணிக்கணக்கில் அவருடன் பேசுவது உற்சாகமாயிருந்தது.

அப்போது நானும் ராணிதிலக்கும் தீவிரமாகக் கவிதைகள் எழுதும் வேட்கையில் அலைந்து கொண்டிருந்தோம். மொழிபெயர்ப்பின் வழியே இந்திய இலக்கியங்கள் மட்டுமில்லாமல் போர்ஹே, கால்வினோ, புயண்டஸ், மார்க்வெஸ் போன்றோரின் கதை யுலகங்களிலும் மிதந்து கொண்டிருந்தோம். ஒரு பக்கம் கோட் பாடுகள், மறுபுறம் அதிபுனைகதைகள், இடையே எங்களுடைய ஆரம்பகாலக் கவிதை முயற்சிகள். இவை மூன்றையும் ஒருசேர உரையாட உகந்தவராக எஸ்.சண்முகம் இருந்தார். இவ்வாறு நேரில் சந்திப்பது மட்டுமில்லாது சில நிகழ்ச்சிகளையும் ஏற்பாடு செய்து கோட்பாடுகள், புனைவுகள் குறித்துப் பேசியதும் உண்டு. அவ்வகையில் தமிழவனை அழைத்து ஏலகிரி மலையிலும்,

நாகார்ஜுனனை அழைத்து, ஆற்காடு பஞ்சபாண்டவர் மலையிலும், எஸ்.சண்முகத்தை அழைத்து வேலூரிலும் உரையாடிப் பல்வேறு புதிய பார்வைகளைப் பெற்றுக்கொண்டதை நன்றியுடன்தான் நினைவு கூறவேண்டும். கோணங்கி இதற்கெல்லாம் அப்பாற்பட்டு பல்கலைக் கழகத்துக்கும் ஊர்களுக்கும் வந்து நாட்கணக்கில் பேசி கலையார்வத்தின் எல்லைகளை விஸ்தரித்துக்கொண்டேயிருப்பார். இப்போது வெளிவந்திருக்கும் எஸ். சண்முகத்தின் இந்த 'கதைமொழி'யும் அதன் கட்டுரைகளும் இந்தப் பழைய நினைவுகளைக் கிளர்ந்தெழச் செய்கின்றன. புனைகதைகளும், கவிதைகளும், கோட்பாட்டுக் கருத்தாடல்களும் சங்கமிக்கும் ஒரு களமாக இந்நூல் திகழ்கிறது. தமிழ்ப் படைப்புகளில் அவர் ஆய்வுக்குட்படுத்தியவை சொற்பமானவை எனினும் விஸ்தாரமாவும் காத்திரமாகவும் அதைச் செய்திருக்கிறார். சம்பிரதாயத் தேர்வாக இல்லாமல் படைப்புலகில் சில திருப்பங்களை ஏற்படுத்திய படைப்புகளையே அவர் தேர்ந்தெடுத்துக் கொண்டுள்ளதையும் குறிப்பிடவேண்டும்.

உலக அளவில் சல்மான் ரஷ்டி, செர்வாண்டிஸ், கார்லோஸ் புயண்டஸ், மிலராட் பாவிச், லூயி கரோல் போன்றோரது படைப்புத் தன்மையின் நவீன கூறுகள் அவரால் அவருக்கேயுரிய நுணுக்கமான ஆய்வுப்போக்கில் கட்டுரைகளிடையே எடுத்துக் காட்டப்பட்டிருக்கின்றன. தமிழில் வேதநாயகம்பிள்ளை, புதுமைப்பித்தன், மௌனி, தமிழவன், கோணங்கி ஆகியோரின் படைப்பாக்க முறைகளை, புதிய சொல்லாடல்களை, அவற்றில் காணப்படும் எதிர்வுகளை, யதார்த்தம் மீறிய எதிரெதார்த்தத் தன்மைகளை ஆய்வுக்குள்ளாக்கியுள்ளார். ஏறக்குறைய தமிழவனின் வெளிவந்துள்ள மூன்று நாவல்களையும் பிரத்யேக கவனத்துடன் அணுகி வாசகர்களுக்கு நாவல்களில் பயணப்பட சில நுட்பமான வாயில்களைத் திறந்து தந்துள்ளார். நான்காவது நாவல் "வார்ஸாவில் கடவுள்" பற்றியும் சமீபத்திய மாற்றுவெளி இதழில் எழுதியுள்ளதையும் குறிப்பிட வேண்டும்.

கோணங்கியின் பொம்மைகள் உடைபடும் நகரம், பட்டாம் பூச்சிகள் உறங்கும் மூன்றாம் ஜாமம், உப்புக்கத்தியில் மறையும் சிறுத்தை ஆகிய தொகுப்புகளிலிருந்து ஒவ்வொரு கதைகளை எடுத்து 'கோணங்கி எழுத்துப் புரிவதில்லை' என்போருக்காக

மட்டுமின்றி புதிய வாசகர்களுக்கு உதவியாகவும் கோணங்கியின் எழுத்துக்களில் உள்ளோடும் கதை நகர்த்தும் சரடுகளைக் காண்பித்துத் தந்துள்ளார். தமிழவனின் 'ஜி.கே. எழுதிய மர்ம நாவல்' இல் இடம் பெற்றுள்ள 'சுருங்கை' என்கிற கதை நகரத்தைப் பற்றிக் கூற வருபவர் இந்தச் சுருங்கை என்ற சொல் சிலப்பதிகாரத்தில், மணிமேகலையில் பயன்படுத்தப்பட்டிருக்கும் இடங்கள், எஸ்.வையாபுரிப்பிள்ளை இச்சொல்லை குறித்து எழுதியுள்ள ஆய்வு கட்டுரை; சீவக சிந்தாமணியில் இச்சொல் பயன்படுத்தப்பட்ட செய்தி என்றெல்லாம் விரிவாகப் பேசுவது தமிழவனின் படைப்புக்கு வலுசேர்ப்பவை. கதை நகரம் என்பதற்கு இணைப்பிரதியாக புதுமைப்பித்தனின் கபாடபுரம் கதையையும் பொருத்திப் பேசி புதுமைப்பிரதிகளில் இடம் பெற்றுள்ள தமிழ் மரபைக் கவனப்படுத்துகிறார். இத்தகைய நவீன இலக்கியங்கள் மீதான மரபு சார்ந்த ஆய்வுப்பார்வைகள் இன்று பல்கலைக் கழக சம்பிரதாய ஆய்வுகளுக்கு வெளியேதான் நிகழ்ந்து கொண்டிருக்கின்றன என்பதை எஸ்.சண்முகத்தின் பல கட்டுரைகள் நிரூபிக்கின்றன. இவ்வாறே கோணங்கியின் 'உப்புக்கத்தியில் மறையும் சிறுத்தை' சிறுகதையில் மஞ்சள் நிற அலிகளின் கதையாடல் 'எரிது' என்ற கற்பனை நகரில் கட்டப்பட்டுள்ளதையும் எடுத்துக் காட்டுகிறார். மஞ்சள் நிற அலிகளின் மஞ்சளும், கதையில் இடம்பெறும் 'பாசீ' என்ற சங்கேதச் சொல்லின் பச்சையும் எதிர்வுகளாக இயங்குவதை மஞ் சள் ஙீ பச்சை என இணைத்துக் காட்டி பிரமிப்பூட்டுகிறார். தவிர பனிவாள் சிறுகதையில் பனிவாளாக மாறும் ஆலிஸ் மூதாதைக் கூட்டமான பனிமனிதர்கள் x மணல் மனிதர்கள் இடையே எதிரெதிரானப் பண்புகளுடன் ஊடாடுவதை, பனி ஜ் மணல் என்ற இரு எதிர்வாகியுள்ளதைக் கற்பனை நிலப்பரப்புகளை உருவாக்கிச் சாத்தியமாக்கியுள்ளதை எஸ்.சண்முகத்தின் நுட்ப மான வாசிப்பு மற்றும் ஆய்வு நோக்கு நமக்கு வழங்குகிறது.

தமிழவன், கோணங்கி இருவருமே புதிய கோட்பாடுகளின்மேல் ஈர்க்கப்பட்டு தம் படைப்புகளை முனைந்து புதுமைப் படுத்தி யவர்கள் எனலாம். புதிய கோட்பாடுகளை ஆழ்ந்து கற்றுள்ள சண்முகம் இவர்களின் படைப்புப் போக்குகளை அணுகுவதும் ஆய்வதும் எளிதே. எனினும் கோட்பாடுகள் தமிழில் அறிமுக மாவதற்கு முன்பே தோன்றிய படைப்பாளிகளான புதுமைப்பித்தன்,

மௌனி இருவரைக் குறித்தும் போதுமான அளவு கவனித்து அவர்களின் புனைவுகளில் இடம்பெற்றுள்ள எதார்த்தத்தை மீறிய எழுத்துமுறைகளை வெளிப்படுத்தியுள்ளதை முக்கியமாகக் குறிப்பிடவேண்டும். மௌனி குறித்து க.நா.சு., பிரமிள், ஞானக்கூத்தன், திலீக்குமார் ஆகியோரின் ரசனை பூர்வமான விமர்சனப் பார்வைகளுக்கு அடுத்துக் கோட்பாடு அடிப்படை-யிலான புதுவகை விமர்சனத்தை அளித்துள்ளார். இவ்விடத்தில் எஸ்.சண்முகத்தின் விமர்சனப் பார்வையின் தனித்தன்மையைக் குறிப்பிடவேண்டும். ஒன்று: விமர்சனத்துக்குரிய நூலை அல்லது படைப்பை தேர்ந்தெடுத்தலில் முழு கவனம். இரண்டு: அவ்வாறு தேர்ந்தெடுக்கப்பட்ட படைப்பின் விமர்சன நோக்கு முற்றிலும் இலக்கிய முழுமையை நோக்கியதாக அமைத்துக் கொள்வது. தமிழில் கோட்பாட்டு விமர்சகர்கள் தமிழவன், நாகார்ஜுனன், அ.மார்க்ஸ், ஜமாலன், ரமேஷ் - பிரேம் என கணிசமானவர்கள் உண்டு எனினும் ஒவ்வொருவருடையதும் ஒவ்வொரு போக்கை முதன்மைப்படுத்துவதாக அமைந்திருக்கும். ஆனால் சண்முகத்தின் நோக்கு படைப்பின் இலக்கியத் தன்மையைக் கூடுதலாக் குவது அல்லது அர்த்தப் பரிமாணத்தை விஸ்தரித்துக் காட்டு வதாக இருக்கின்றது. கோட்பாட்டாளரான அ.மார்க்ஸ், மௌனி யில் 'பசி' என்ற வார்த்தையே பயன்படுத்தவில்லை எனக் குற்றம் சாட்டியதை நாம் அறிவோம். இந்நூலுக்கான அவரு டைய முன்னுரையில், "எண்ணற்ற சாத்தியங்களை நாம் ஏற்கும் போது எல்லா வாசிப்புகளுமே சம முக்கியத்துவம் உடை யனவே என்பதையும், இதில் எந்த வாசிப்பும் பிற வாசிப்பு களைக் காட்டிலும் சிறந்தது என உரிமை கொண்டாட இயலாததையும் நாம் ஏற்க வேண்டும்" எனக் கூறியிருப்பதைக் கூர்ந்து கவனிக்கிறோம். ஏனெனில் மௌனியின் மிஸ்டேக், இந்நேரம் இந்நேரம், காதல் சாலை, தவறு ஆகிய கதைகள் சமூகப்பிரதியாக்க முயற்சியின் போதாமையையும் தோல்வி யையும் அடைந்திருப்பதாக எஸ்.சண்முகம் கணிக்கிறார்.

அடிப்படையில் கவிஞரான எஸ்.சண்முகம் (பொம்மை அறை) புனைகதை குறித்த கட்டுரைகளுக்கு நிகராக கவிதைகளைப் பற்றியும் ஆய்ந்து எழுதியுள்ளார். நவீனத்துவக் கவிஞர்களான ஞானக்கூத்தன், ஆனந்த், ஆத்மாநாம், பிரமிள் ஆகியோரது கவிதைகளின் பின் நவீனத்துவப் போக்கை ஆராய்கிறார். இங்குக்

குறிப்பிடப்படவேண்டிய ஒன்று - இவர்கள் அனைவருமே நவீன கோட்பாடுகளின் வரவுக்கு முன்பே முக்கியத்துவம் பெற்றக் கவிஞர்கள். நவீனத்துவத்துக்கு ஆட்டவர்கள் என்றேனும் குறிப் பிடலாம். பொதுவாக புனைகதையாளர்களைப் போன்று இளங் கவிஞர்கள் இந்த நவீன கோட்பாடுகளுக்கு ஆட்படவில்லை எனக் கூறலாம். இக்கோட்பாடுகள் தமிழில் அறிமுகமான உடனேயே ஓர் அலைபோல தமிழ் இளம்படைப்பாளிகள் அதன் வயப்பட்டு புதுவகையான புனைகதைகளை உருவாக்கத் தொடங்கினர். கவிஞர்களும் ஆட்பட்டார்கள் என எவரேனும் கூறினால் கவிதைளில் அதற்கான தடயத்தைக் காண்பிப்பது அரிதாகிவிடும். ஆனால் கவிஞர்களின் வாசிப்பு முறையில் ஒரு மாற்றத்தையும் கவிதைகள் எழுதுகையில் ஒரு விழிப்புணர்வையும் அது அளித்திருந்தது. இத்தொகுப்பில் உள்ள கவிதைகள் குறித்த கட்டுரைகளும் அவ்வகையில் முக்கியமானதாகும். கவிதைகளும் அது குறித்த சண்முகத்தின் வித்தியாசமான விமர்சன அணுகு முறைகளும் இன்றெழுதும் ஒவ்வொரு கவிஞனும் கவனத்தில் கொள்ள வேண்டியவையாகும். கவிதைகள் என்ற பெயரில் எழுதப்படும் எல்லாவற்றையும் பிரசுரத்தில் கண்டு விட வேண்டும் என்கிற வேட்கை சற்றுத் தணிந்து, கவிதையும் முற்றும் முழுவதுமான, தனித்துவமான ஒரு கலைப்பொருளே என்ற நினைவை அவை தரும்.

ஒரு கவிதையை வாசித்த உடனே அது நன்றாக இருக்கிறது என உணர்கிறோம். அது ஏன் - எவ்வாறு நன்றாக இருக்கிறது என விவரிக்க முனைந்தால் அது அவ்வளவு எளிதானதாக இல்லை. அத்தகைய சூழலில் இந்த நவீன கோட்பாடுகள் கவிதையின் உள்ளுறுப்புகளைக் கண்டறியவும், கவிதைக் கட்டப்பட்ட அமைப்பை அவிழ்த்துக் காட்டவும், கவிதைக்குள் செயல்படும் எதிர்வுகள் போன்றவற்றைக் காணவும் துணைபுரியத்தான் செய் கின்றன. அரசியல் ரீதியாக கூறுவோமெனில் கவிதைக்குள் உருவாகியிருக்கும் அதிகார மையங்களை சூட்சமமாகக் கலைப் பதை இக்கோட்பாட்டு ஆய்வுமுறை செய்து காட்டுவதாகக் கருதலாம்.

கவிதைகள் குறித்தான கட்டுரைகளில் ''புதுக்கவிதை: மாடர்னிச மும் போஸ்ட் மாடர்னிசமும்'' என்ற நீண்ட முக்கியமான

கட்டுரையைக் குறிப்பிட்டுச் சொல்லலாம். இன்றைய கலை சொல்லவியலாததையும் மற்றும் கண்ணுக்குப் புலனாகாததைக் கண்டெடுக்கப் பயணப்படுவதை உள்ளடக்கியது என்ற 'ழான் பிரான்சுவா லயோ டார்ட்'டின் மேற்கோளோடு தொடங்கும் இக்கட்டுரை, அர்த்தத்தின் மீதான விடாப்பிடியான நாட்டத்-திலிருந்து விடுபடுதல் - கவிதைசொல்லி, வாசகன், விமர்சகன் ஆகியோர் சேர்ந்து உருவாக்குகிற பிரதியியல் சுழற்சியாக, எழுதுதல் என்பது ஏதோ ஒருவரின் சொந்த செயலாக இன்றி நுண்ணிய பிரதியியல் செயல்பாடாதல் - தன் சொந்தச் சாயலை எழுத்தில் சிதறடிக்கக் கூடியவன்தான் மாடானிசத்தைக் கடப்பவன் - உருவகங்களை நம்பாத போக்கைக் கொண்டிருப் பதனால் கவிதை நவீனத்துவப் பண்புகளைக் கொண்டிருக் கிறது - கவிதை சொல்லலும் ஒருவித கதை சொல்லல் என்ற புதுப்பரிமாணம் மாடர்னிசக் கவிதையின் பண்புகளி லிருந்து விடுபட்ட, பின்நவீனத்துவ கவிதையின் உத்தியாகிறது - நவீனத்துவத்துக்கு எதிர்வினையானதல்ல, நவீனத்துவத்துக்குள் ளாகவே உறைந்துள்ள ஒருவித உந்துதலே, பின்நவீனத்துவம் போன்ற கருத்தாடல்களின் துணையோடு பலதரப்பட்ட கவிதை களை இடையோட்டமாகக் கொண்டு எழுதப்பட்டிருக்கிறது. பெரும்பாலான கட்டுரைகள் மேற்கோள்களின் உதவியோடுதான் முடிவை எய்துகின்றன. சில இடங்களில் தம் சொந்த கருத்தாக் கத்தை வலியுறுத்த மேற்கோளின் துணைநாடுபவராகவும், தவிர்த்த சில இடங்களில் மேற்கோள் காட்டும் கருதுகோளுக் காகத் தம் கட்டுரையின் போக்கை செலுத்துபவராகவும் எஸ்.சண்முகத்தைக் காண்கிறோம். எது எவ்வாறெனினும் கவிஞர்களுக்கும் கவிதை வாசகர்களுக்கும் இவை புதிய கண்திறப்புகளை உருவாக்கக் கூடியவையே என திடமாக மொழியலாம். ஞானக்கூத்தன், ஆத்மாநாம் ஆகிய இருவரையும் மையப்படுத்தியுள்ள இக்கட்டுரை ஏதோ போதாமையையும் கொண்டுள்ளதாகக் கூறலாம். அகம்/புறம் கோட்பாட்டை மேற்கத் திய கவிதைக்குப் பொருத்துதல், ஆனந்தின் கவிதைகளில் அர்த்தம் தொடர்பான பார்வையை முன்வைத்தல் என புதிய முயற்சிகள் சிரத்தையுடன் செய்யப்பட்டுள்ளதை முக்கியமானதாகக் கருதும் அதே நேரத்தில் இன்றைய கவிதையுலகில் இவை மிகச் சொற்பமானவையே என்ற நினைவையும் எழுப்பிவிடுவதாக

உள்ளது. தமிழில் நவீனத்துவத்துக்குப் பிறகான கவிதைப் போக்கை முன்னிலைப் படுத்துபவராகவும், இன்றளவிலும் பிறர் எவரினும் வித்தியாசப்படும் கவிதைகள் எழுதுபவருமான பிரம்மராஜன் குறித்த எஸ்.சண்முகத்தின் வாசிப்பைக் காண ஆவலேற்படுகிறது. தவிர இன்று தீவிரமாக கவிதையுலகில் இயங்கிக் கொண்டிருக்கிற இளந்தலைமுறையினரைக் குறித்தும் எழுதுவதன் மூலமே இத்தொகுப்புக்குள் உருவாகியிருக்கும் போதாமையைச் சரிகட்ட முடியும் என்றும் தோன்றுகிறது.

தமிழவன், நாகார்ஜுனன், எஸ்.சண்முகம் மூவரும் கணிசமாகத் தமிழ்க்கவிதைக் குறித்த விமர்சன ஆய்வை செய்துள்ளவர்கள் எனலாம். பிரம்மராஜனின் 'ஞாபக சிற்பம்' நூலுக்கு முன்னுரை யாக நாகார்ஜுனன் எழுதிய 'கட்டுடைப்பு'க் கட்டுரை மிகவும் விசேஷமானது. தமிழவனுக்கும் நாகார்ஜுனனுக்கும் சற்றுக்கூடுதலான -அரசியல் பார்வை உண்டெனினும் எஸ்.சண் முகம் அவர்களினிருந்து தம் சீரிய கலைப் பார்வைகளால் வேறுபடுகிறார். இம்மூவருமே தொடக்கத்தில் கொண்டிருந்த செயற்பாடுகளைத் தம் சொந்தப்பணிகளின் காரணங்களால் குறைவாக்கிக் கொண்டவர்கள். இன்று மீண்டும் மூவருமே இன்றைய இலக்கிய சூழலுக்குள் மறுபிரவேசம்போல நுழைந் திருக்கிறார்கள். முன்பு எழுதி நீண்ட இடைவெளிக்குப் பிறகு தொகுக்கப்பட்டுள்ள எஸ்.சண்முகத்தின் இந்நூல், தமிழவன், நாகார்ஜுனன் ஆகியோரின் கட்டுரைகளையும் மறுபதிப்பில் காணும் அவசியத்தை நினைவூட்டுகிறது. இடைப்பட்ட காலத் தில் தமிழ்ச்சூழலில் எழுதவந்து ஓரளவு கவனமும் பெற்றுள்ள பல இளந்தலைமுறைப் படைப்பாளர்களைக் குறித்து இவர்கள் மூவருமே விமர்சனங்களை முன்வைத்தால் மீண்டும் தமிழில் ஒரு திருப்பமும் உத்வேகமும் ஏற்படும் என உறுதியாகக் கூறலாம்.

(கல்குதிரை)

ஏழாம் நூற்றாண்டின் குதிரைகள்: இருபத்தோராம் நூற்றாண்டின் தமிழ்க்கவிதை வெளியில்

(நரன் கவிதைகள்)

ஒரு கவிதை நல்ல அல்லது பிடித்த கவிதை என்று கூற வைப்பது எது? அதில் இடம்பெற்றுள்ள கருத்தா, புதுமைப் பொருளா, சொற்பிரயோகமா, நிகர் அனுபவமா, படிமங்களா, குறியீட்டு அம்சமா, மிகை புனைவா, மொழிப்புலமையா, பிராந்தியத் தன்மையா, உலகப் பொதுமைப் பண்பா என்றிவ்வாறு பல கேட்கலாம். இவற்றையெல்லாம் மீறி ஒருவருக்கு ஒரு கவிதைப் பிடித்துப்போவதற்கு வேறு காரணங்களும் இருக்கலாம். அவருக்குப் பிடித்த காதல், காமம், ஆன்மீகம், அரசியல், வரலாறு, பண்பாடு, தத்துவம். தொன்மம் இப்படி அதில் பேசப்பட்டிருக்கலாம். முழு கவிதை அல்ல; கவிதையின் ஒரு பகுதி அல்லது ஒரு சில வரிகள் மட்டுமேகூட ஒரு கவிதையைப் பிடித்த கவிதையாக்கிவிடலாம். சில நேரங்களில் அதை எழுதிய கவிஞனுடன் நட்புண்டு என்பதாலேகூட பிடித்துப் போகலாம். இதுவெல்லாமும்கூட தனி நபர் ரசனையைப் பொருத்ததே. எல்லோருக்கும் அல்லது பலருக்கும் பிடித்த ஒரு கவிதை என்பது அரிதினும் அரிதே. இதனால்தான் கவிதை பொதுவெளியின் பரப்பிலிருந்து விலகி தனிநபரின் வாசக ரசனையின் அங்கீகாரத்தை அடையவே விரும்புகிறது. இதைப் போன்ற அளவீடுதான் ஒரு கவிதைத்தொகுப்பு நல்ல தொகுப்பு அல்லது பிடித்த தொகுப்பு என்றாவதாகும். ஐம்பது கவிதைகள் கொண்ட ஒரு தொகுதியில் பத்துப் பிடித்த கவிதைகள் இருப்பினும்கூட அத்தொகுப்பை நாம் வஞ்சனையின்றி நல்ல தொகுப்பு என அங்கீகரித்து விடுகிறோம். அந்தப் பத்துக் கவிதைகளின் ஒளி மேலுமொரு பத்துக் கவிதைகளின் மீது பாய்ந்து வெளிச்சப்படுத்தவும் செய்கிறது. இந்த வகையில் நரனின், "ஏழாம் நூற்றாண்டின் குதிரைகள்" என்ற இத்தொகுப்பு எனக்குப் பிடித்தத் தொகுப்பே ஆகிறது.

கண்களுக்குப் பதிலாகக் கைகளும், கழுத்தும் பார்க்கும் "கைகளால் பார்த்தேன்" கவிதையில், கண்ணாடிக்குப் பதிலாக கண்கள் உடைந்தது என்று நரன் எழுதும்போது அதிலுள்ள இலக்கணப் பிழையை மீறியும் முழுக் கவிதையின் மொழி விளையாட்டுத் தன்மையை மீறியும் அக்கவிதை பிடித்தே போகிறது. ஏனெனில் அந்தக் கண்கள் பல்பு போன்றோ, கோலி குண்டு போன்றோ, மண் சொப்பு போன்றோ, பலூன் போன்றோ, பால் பாக்கெட் போன்றோ உடைந்ததாய் கவிஞர் வினோதமாய் உணர்வதால்தான். எரிச்சலடைய வைத்த கவிதையும் கடைசி வரியினால் பிடித்துப் போகிற வினோதமும் இப்படிப்பட்டதுதான்.

ஏழாம் நூற்றாண்டின் குதிரைகள் எனத் தலைப்பிட்டு அதை இருபத்தோராம் நூற்றாண்டின் வெளிக்குள் உலவவிட்டிருக்கும் நரனுக்கு இன்றைய கவிதையின் போதாமையை மீறித் தாவி ஓடும் வேட்கை சற்று அதிகமாகவே இருக்கிறது எனக் கூறலாம். அவருடைய முதல் தொகுப்பு "உப்பு நீர் முதலை" யின் கவிதைகள் அன்றைய தேவதச்சனின் தாக்கம் கொண்டவை என்பது என் அபிப்பிராயம். நூற்றாண்டை நெருங்கிக்கொண்டிருக்கும் (பாரதியின் காட்சிகளைக் கணக்கில் கொண்டால் கடந்தே விட்டிருக்கலாம்) தமிழின் இப்புதிய கவிதைவெளியில் கூறியதைக் கூறி, அரைத்ததை அரைத்துக் கொண்டிருக்க மனமில்லதா வெகு சிலரால்தான் கவிதை புதுப்பொலிவைக் கண்டுகொண்டிருக்கிறது. அது எந்த ரூபத் திலும் வெளிப்படலாம். பாலை, பனி நிலங்களால் அது விரியலாம்; கோதுமை மற்றும் ஆப்பிள்கள் அங்கு விளையலாம்; ஒட்டகமும் ஓநாயும் அங்கு உலவலாம்; அசுவமேத யாகக் காலத்திய குதிரைகள் ஓடலாம்; நான்கு கால்களுக்கும் நீள் வட்ட லாடங்களை பொருத்திக்கொண்டும் பின் பனிப்பாலையில் 108 லாடமாக மிஞ்சி' பின்பு புழுக்களும், கரையான்களும் தின்றது போக எஞ்சி இருபதாம் நூற்றாண்டில் ஆணுறைகளை மென்று தின்று ஒற்றையாய் நிற்கலாம். இவ்வாறான குதிரையின் குளம்பொலியை வரிகளைக்கடக்கும் நம் வாசிப்புப் பயணத்தில் நிசப்தமாக உணர்ந்துகொண்டே இருக்கிறோம். தமிழ்க் கவிதைவெளிக்கு இவையெல்லாம் வெளியில் உள்ளவைப்போல் தோன்றினாலும் கூட. ஆனால் அதே நேரத்தில் இந்த அந்நியத்

தன்மை இக்கவிதைகளுக்கு ஓர் உலகத் தன்மையைத் தராமலும் இல்லை.

கவிதைகளை ஓர் பொருண்மைக் குறித்து எழுதிப் பார்ப்பது, பல படிமங்களின் கூட்டு அனுபவமாக உருவாக்குவது என இருவிதமான கவிதை உத்திகளை நரன் அமைத்துக்கொள்கிறார். இந்த விதத்தில் "சிறிய தோட்டா" என்ற சிறிய கவிதை மூன்று காட்சிகளாக ஏற்படுத்தும் கவித்துவ வீச்சு மிகப்பெரிது. அது அர்த்தத்தைச் சிதறவிடாமல் ஒரு தோட்டாவைப் போல வாசகனின் இதயத்தில் சீறிப்பாயவே செய்கிறது. இதற்கு நிகராகவே "27 வயதின்மேல்" என்கிற கவிதை அர்த்தத் தொடர்ச்சி ஏதுமற்ற தனித்தனி ஐந்து காட்சிகள் படிமங்களாகி கவனிக்கத்தகுந்த கவிதையாகச் சிறக்கிறது. இவ்விரண்டில் எது சிறந்த கவிதை எனப் பேச்சு வந்தால் தொடர்ச்சிக் கொண்டு ஒரே அர்த்தம் தரும் முதற் கவிதையைக் காட்டிலும் அர்த்தத் தொடர்ச்சி ஏதும் இல்லாமல் பல அர்த்தங்களுக்கும் அனுபவங்களுக்கும் நம்மைக் கொண்டு செல்லும் '27 வயதின் மேல்' என்ற கவிதையே மதிப்பைப் பெறுகிறது. மட்டுமின்றி வரிகளைக் கலைத்து தொகுத்து வாசிக்கவும், தலைகீழாக வாசித்து செல்லவும்கூட அது இடம் தருகிறது. இவ்விரண்டு பண்புகளும் சரிவிகிதமாக கலந்த கவிதைகளை உருவாக்கித் தந்திருப்பது நரனை ஒரு கவித்துவத் தொழில் நுட்பக்காரராக அடையாளப்படுத்துகிறது.

நரனுக்கு எண்களின் மீதும் எண்ணிக்கை மீதும் அதிக பிரேமை போலும். அதுதான் எண்ணியலோடு சற்றே விலகி நிற்கும் இலக்கிய உணர்வு தளத்தில்கூட அதை நுழைத்துப் பார்க்கும் கூடுதல் சோதனைக்காரராக அவர் திகழ்கிறார். கவிதைகளில் எண்களை எண்ணிக்கையாக சில இடங்களில் நம்பகத்தின் தேவைக்காகவும் சில இடங்களில் முடிவற்றது என்பதற்காகவும் பல இடங்களில் மொழியைப் புதுப்பிப்பதற்காகவும் பயன்படுத்து கிறார். கவிதைகளில் மட்டுமின்றி அவற்றுக்குத் தலைப்பிடும் போதும் "ஒரு ஆப்பிள் செடி", "2 பாயின்ட் தீவிரம்", "மூன்று ஆணிகள்", நான்கு லாடங்கள்", "ஆறு கால்கள்" எனவும் நூலின் தலைப்பையும் "ஏழாம் நூற்றாண்டின் குதிரைகள்" என எண்ணிக்கையாக அடுக்குகிறார். எண்ணை எழுத்தாக்காமல்

அளவுக்கு மீறி எண்ணாகவே பதியும்போது ஒரு சோதனை என்பதையும் மீறி வாசக மனதுக்கு ஒரு ஒவ்வாமையை அது ஏற்படுத்தவே செய்யும். இவ்வாறான பயன்பாட்டில் எழுத்துப் பிழைபோல 24x7=108 என பிழைகள் நேர்ந்துவிடும்போது அது நகைப்புக்குள்ளாகவும் கூடும்.

இவ்வகையில் அர்த்தத் தொடர்ச்சி கொண்டு உணர்வுகளையும் புதிய அனுபவங்களையும் கிளர்த்தும் குறிப்பிடத் தகுந்த கவிதைகள் இத்தொகுப்பில் உண்டு. அவ்வகையில் சூரியச்சாறு, பறவை, குளிர்ந்த சூரியன், கனவுதானே நண்பா, காலுறைகள்; காலணிகள்; ஹிருதயங்கள், 2 பாயிண்ட் தீவிரம் ஆகியவற்றைச் சுட்டியே ஆகவேண்டும். அக்கவிதைகள் குறுக்கு வெட்டு வாசிப்பு, மிகை வாசிப்பு, கொண்டு கூட்டிப் பொருள் கொள்ளுதல் போன்ற மெனக்கெடல்கள் ஏதுமின்றியே முதல் வாசிப்பிலேயே வாசகனுக்குப் போதுமான கவித்துவ எழுச்சியை உருவாக்கித் தருபவை எனலாம். 'கனவுதானே நண்பா....' போன்ற கவிதைகள் உலகலாவிய தன்மையோடு எழுதப்பட்டிருக்கும் விதத்திற்காக அல்லது '2 பாயிண்ட் தீவிரம்' போன்ற கவிதைகளின் அன்றாட தன்மையை அரிய கவிதையாக்கிய திறத்திற்காக இக்கவிதைகள் தொகுப்பின் சிறந்த கவிதைகளாகின்றன. இத்தகைய சிறந்த கவிதைகளின் வரிசையில் கணிசமாக அரசியல் கவிதைகள் அல்லது சமூக விமர்சனக் கவிதைகளும் அடக்கம். எழுத்துப் பாரம்பரியத்தில் வந்தவர்கள் உள் இருண்மைகளையும் உள்ள எழுச்சியையும் மட்டுமே கவிதை எனக்கருதியும், வானம்பாடியில் தோன்றியவர்கள் சமூகம் பற்றிப் பாடுவது மட்டுமே கவிஞனின் கடமை எனக் கருதி கவித்துவத்தைக் கோட்டை விட்டதையும் போலின்றி இன்றைய கவிஞன் இருகூறுகளையும் சரி விகிதமாக அணுகும் பார்வை கொண்டிருப்பதை நரனின் அரசியல் கவிதைகள் காட்டுகின்றன. "இங்கே" போன்ற கவிதையில் ஒரு தயாரிப்புத்தனம் உண்டெனினும் அதை இரு வேறுபட்ட எல்லைகளின் ஒருங்கிணைவைக் கொண்டிருக்கிற (எதிர்ப்பவர்களை நசுக்கிக்கொண்டே ஆதரிக்கிறவர்களைக் கொண்டாடுகிற) நம் சமூகத்தின் அல்லது அதை ஊக்குவிக்கிற நமது அரசாங்கத்தின் குரூரமாகப் புரிந்து கொள்ளும்போது இக்கவிதை தீவிரத்தன்மையைப் பெற்றுவிடுகிறது. எப்படியும் இறக்கப் போகிறாய், நிறை மஞ்சள் கோதுமை, காதை மூடிக்கொள்,

ஷ~ு, பக்க விளைவுகள் போன்ற கவிதைகள் சமீபத்தில் தமிழில் எழுதப்பட்ட குறிப்பிடத்தகுந்த அரசியல் கவிதைகளின் வரிசையில் இடம் பிடிக்கும் தன்மையன. இவை போன்ற அரசியல் கவிதைகள் வெளிப்படையான தன்மையை மட்டும் கொண்டிருக்காது போதுமான கவித்துவத்தைக் கொண்டிருப் பதையும் கூறவேண்டும்.

ஓவியம் குறித்த ஈடுபாட்டை எழுதுகிறவர் என்றில்லாமல் நரனை ஓர் ஓவியராகவே காண்பித்துத் தருகின்றன சில கவிதைகள். அத்தகைய கவிதைகளில் அவர் ஓர் ஓவியராகவே பேசுகிறார். '47 முறை' கவிதையில் ஒரு வன்மத்திற்கு ஆட்பட்ட ஓவியனாகவும் மற்ற ஒரு இரு வரிக்கவிதையில் மலைப்பாம்பொன்றை வரைந்த அயர்ச்சியில் அதன் மேலேயே படுத்துறங்கிவிட்ட ஓவியனாகவும் அவரைக் காண்கிறோம். கவிதைகள் பலவற்றிலும் இடம் பெற்றுள்ள நிலக் காட்சி வருணனை மற்றும் நிறங்களின் பதிவுகளும் இதை உறுதிப்படுத்தவே செய்கின்றன. உச்சமாக "நிறவேட்டை" கவிதையில் வரும் வேட்டைக்காரனை ஓவிய னாகக் கொள்ளும்போது வாசகன் அடையும் மனவெழுச்சியை ஒரு பரவசமுடைய ஓவியனுடையதாகவே கொள்ள வேண்டும். மேலும் அவரது கவிதைகளின் சில ஃபேண்டசி தன்மைகளுக் கொப்பவே தொகுப்பினூடே ஓவியங்கள் சேர்க்கப்பட்டிருப் பதையும் இத்துடன் புரிந்து கொள்கிறோம்.

இறுதியாக அவரது மொழிச்சிறப்பையும் சோதனையின் சாதக பாகத்தையும் குறித்து சில வார்த்தைகள். 'பறவை' என்ற கவிதையில் அவர் பயன்படுத்தும் 'இலர்' என்ற பழந்தமிழ் இயைபுச்சொல் தரும் ஓசை எத்தனைக்கு அக்கவிதைக்கு ஒரு தமிழ்த்தன்மையைக் கூட்டுகிறதோ அதே அளவுக்குக் கவிதை கள்தோறும் ஒரு மொழிப்பெயர்ப்புத்தனம் படிந்திருப்பதையும் கூறவேண்டும். நிறைய வினாவும் தன்மையும் அதற்கு விடை யளிப்பதான சடங்கில்லாமல் அதைத் தாண்டிக் கவிதைகளை இட்டுச் செல்லும் முறைமையும்கூட. வாசகனை (அ) கவி தையின் பாத்திரத்தை நண்பனே என விளிப்பதான ஓர் ஊடாட்டத்தின்மூலம் கவிதைக்கு ஒரு நேரடித் தன்மையை உருவாக்க விழைகிறார். ஆனாலும் இரு எருதுகளை ஜோடி ரிஷபங்கள் என்பதையெல்லாம் கவிதை மொழிக்கு வலிமை

என அவர் கருதியிருக்கக்கூடாது. மேலும் உண்ணவென, எட்டாண்டுகள், இழுத்து, ஏதாவது என்பதையெல்லாம் வுண்ணவென, யெட்டாண்டுகள், யிழுத்து, யேதாவது எனத் தனிச்சொல்லாக எழுதுவதில் என்ன அர்த்தங்கள் கூடிவிடப் போகின்றன. நடவுப் பெண்டிர் என எழுதுபவருக்கு நாற்று அல்லது பயிரை ஞாபகமில்லாமல் 'விதை தானியங்களோடு' என பயன்படுத்துவதன் நியாயம் என்ன? ஏன் ஆப்பிள் விதைகளையே விழுங்குகிறார்கள்? இப்படி அநேக வினாக்கள். ஆனாலும் உப்பு வயல் கவிதையில், உப்புக்கல், உப்புடல், உப்புப்பாத்தி, உப்புயோனி என்றெல்லாம் எழுதுவதற்கு உப்பளத்தைத் தெரியவில்லையா எனக் கேட்டு கடக்கும் சில பக்கங்களில் வேறொரு கவிதையில் முக்கோண உப்பளங் களைக் கண்டு அமைதியாகிறோம். இதைப்போன்றே இம் மாதிரி வினாக்களுக்கும் விடையை நரன் வேறெங்கோ வைத் திருக்கவேண்டும்.

(தக்கை கவிதை விமர்சன அரங்கில் வாசித்தது)

மென் நுங்கும் வன் கருக்குமான கவிதைகள்

(வெய்யிலின் "குற்றத்தின் நறுமணம்")

அனன்யாவில் வெளிவந்த "புவன இசை" (2009) மூலம்தான் முதன்முதலில் வெய்யில் என் கவனத்துள் வந்தார். அதன் வாசிப்பில் அவரது தனித்துவமான வன்மொழியும், கிராமிய தொல்குடி உணர்வும், பிரத்யேகமான நிலக்காட்சியும் என் கவனம் ஈர்த்ததாக ஞாபகம். அந்த வாசிப்பு வெறும் கைக்குலுக்கல்தான்; நாடிப் பிடித்துப் பார்த்ததாகாது. பின்பு உதிரியாக சில கவிதைகளில் கவனப்படுகிறார். பிறகு புது எழுத்து வெளியீடாக புவன இசை கவிதைகளோடு மேலும் கவிதைகள் கூட்டிய மறு ஆக்கமாக "குற்றத்தின் நறுமணம்" (2011) வெளிவருகிறது. களம் புதிது விழாவில் அவர் குறித்துப் பேச அமைந்த நிர்ப்பந்தத்தில்தான் மொத்த கவிதைகளையும் வாசிக்க நேர்ந்தது. அவ்விழாவில் அவர் குறித்த என் உரை எனக்கே பிடிக்கவில்லை. நான் நம்பிக்கையுடன் கையாண்ட அவரது சில கவிதைகள் என் பேச்சைத் தோல்வியுறவே செய்தன. கல்யாண மண்டபச் சூழல் என காரணம் கற்பித்துக்கொண்டேன். இம்முறை இக்கட்டுரைக்காக மீண்டும் சில முறை வாசிக்க நேர்ந்தது.

இவ்வாசிப்பில் மென் மொழியில் எழுதப்பட்ட நவீன தமிழ்க் கவிதையின் பொது குணாம்சமுடைய முதல் வாசிப்பிலேயே வாசகனை ஈர்க்கிற கவித்துவ முழுமையும் எளிமையும் கொண்ட கவிதைகள், அவருக்கென்று அமைந்து வந்திருக்கின்ற பிரத்யேகமான வன்மொழியுடன் கூடிய மறுவாசிப்பைக் கோரும் தமிழ்ச் சூழலுக்கு அரிய வரவாக அமைந்துள்ள கவிதைகள் என இரு வேறாக தெளிந்து நிற்பதைக் கண்டுகொள்கிறேன்.

நான் ஒரு முறை வைத்திருக்கிறேன்; ஒரு நல்ல படைப்பைக் கண்டறிவதற்கு. இவ்வனுபவம் என்னளவில்தான் எனினும் பிற சிலருக்கும் பொருந்தக்கூடும். நூலை வாசித்து முடித்தவுடன் நாவலாக இருப்பின் எந்தப் பகுதி, சிறுகதையானால் எந்தச் சிறுகதை, கவிதை எனில் எந்தெந்தக் கவிதைகள் நினைவில்

நின்று உடனடியாகப் பிரதிபலிக்கின்றனவோ அதைப் பொறுத்து. மீண்டும் மீண்டும் பல வாசிப்புத் தேவைக்குப் பின்பும் முதல் வாசிப்பில் அவ்வாறு கவனம் பெற்றவையே பெரும்பாலும் அந்த இடத்தில் நிற்கின்றன. அதிகமும் செறிவான சொற்சிக்கனத்துடன் துல்லியமான ஓர் உணர்வை காட்சிப் படிமமாக்கிக் காட்டும் சிறிய எளிய கவிதைகள்.

உன் கறுத்த உறுதியான தோலை
எங்களுக்கும் தா
பனை மரங்கள் சூரியனுக்கு அஞ்சுவதில்லை
அம்மையே
எங்களை மேலும் கறுப்பாக்கு.

'உன் கறுத்த உறுதியான தோலை எங்களுக்கும் தா' என்ற கோரிக்கை அம்மையை நோக்கியதா? பனையைநோக்கியதா? பனைதான் அம்மையா? எங்களை மேலும் கறுப்பாக்கு எனவும் வேண்டுதலா?. இக்கவிதையின் தொடக்கத்தில் உள்ள தாமரைக் குரிய சிவப்பழகு, மென்மை, நீர்மணம் என எல்லாவற்றுக்கும் ஓர் எதிரிடை தாமரையும் பனையும் முயங்கிய ஒரு நிலக்காட்சி. 'தாமரைகளைச் சூடி சூரியனைக் கடக்கிறார்கள்' என்ற பொதுத்தலைப்புத் தொடர்க்கவிதையின் கடைசி கவிதைதான் முதலில் வந்து நிற்கிறது.

பிறகு 'தீர்வு' என்ற சிறுகவிதையின் கடைசி வரிகள்.

தானும்
தட்டான் பூச்சியாவதுதான்
சிறந்த வழி என்று
முடிவு செய்து கொண்டான்

இதில் ஒரு குரூரம் இருக்கிறது. குரூரத்தை நிகழ்த்துவது அல்ல; குரூரத்திற்கு ஆட்படுதல். தலை, கை, கால் எனத் தன்னை எவரேனும் தனித்தனியே பிய்த்துப்போடுவதைக் தட்டானின் கொலை வலிக்கு நிகராக்கி உணர்வது மட்டுமா அல்லது இது வேறு விருப்பமா? அப்படி விருப்பம் தெரிவிக்கும் கவிதை ஒருவனுக்கு முக்கியமாகப் படுகிறது எனில் அவ்விருப்பம் ஓர் அசாத்திய விருப்பம்தான் போலிருக்கிறது. கொல்லுதலைவிட

கொல்லப்படுவதை ஏற்கிற சிலுவைத்துவத்துக்கு நிகரானதாக. அதன் தொடர் செய்தி இன்றும் வலிமை குன்றாமல். ஞாபகப்படுத்துங்கள் என்றொரு கவிதை. அதன் பிற்பகுதி,

> நிஜமாகவே அவனைத் துன்புறுத்த
> வேண்டுமெனில்
> நீங்களவன்
> முகத்தில் தண்ணீர் தெளித்து
> அவனின் மொழியையும் ஊரின் பெயரையும்
> ஞாபகப்படுத்துங்கள்

என்கிறது. நிலத்தோடும் மொழியோடும் ஒருவருக்குள்ள ஆழமான பந்தத்தின் நனவிலி தேசியப்பற்றின் காரணமாகவும் இக்கவிதை மொழி சார்ந்து இயங்குகிற நம்மை பாதிக்கலாம். இதற்கு முன்னால் சமூகம், சித்திரவதைகள் என அறிந்திருக்கும் பலவும் (கவிதையின் தொடக்கப்பகுதி) அவனுக்கு ருசி மிகுந்த தண்டனைகள்தாம் என்ற கூற்றையும் இணைத்துக் காணும்போதே இவ்வரிகளின் முழுமையான வலியை துயரத்தை விளங்கமுடியும். உலகின் எந்த தேச மனிதனிடத்தும் தம் மொழிக்கும் மண்ணுக்கும் அந்நியமாகி வாழும் அகதித்தன்மை பெருகிக் கொண்டிருக்கும் சூழலில் இக்கவிதையும் மதிப்பைப் பெறவே செய்யும்.

இதன் இறுதியாக ஒரு முழுக்கவிதை 'தட்டி விடுங்கள்'.

> ஆகாச விரிவு கண்டு அஞ்சி இமைகளை
> இறுக்கிக்கொள்ளும்
> குழந்தை
> கம்பத்தினுச்சியில் மல்லாந்து கிடக்கையில்
> தயவு செய்து பிச்சையிடுங்கள்
> இன்றேல்
> வில் தைத்த பறவைக் குஞ்சாய்
> வீழும் பிஞ்சுடம்பை ஏந்துகையில்
> தகப்பனின் கைகளைத் தட்டி விடுங்கள்.

இக்கவிதைக்கு குறிப்போ விளக்கமோ சற்றும் தேவைப்படு வதில்லை. ஆனால் தகப்பனின் கைகளைத் தட்டி விடச்சொல் லும் ஆலோசனையின் பின்னுள்ள குறிப்பு (காருண்யத்திற்கு

ஆட்படாதோர் கொலைப் பழிக்கு உட்படவேண்டும்) கவிதை யாக உருவாக்கியுள்ளது. இதற்கு நிகராகவே குற்ற உணர்ச்சியற்று வாழ்வதற்கான ஒரே வழியை 'கொன்று பழகுங்கள்' கவிதையில் வழங்குகிறார். நம்பிக்கையோடு உங்கள் மடியில் கண்ணயரும்பொழுது அறத்தின் கழுத்தை அறுத்து விடுங்கள்.

இவைபோன்ற கவிதைகளைப் பலர் பொருட்படுத்தாமல் போகலாம். இப்படி ஒரு அனுபவத்தை, கருத்தை, நேரடி உணர்ச்சியை மொழி வழியாக உருவாக்குவதைக் கேள்விக்கு உட்படுத்தவும் செய்வார்கள். ஆனால் புதிதாக எழுத வரும் கவிஞர்களின் தகுதியை விளங்கிக்கொள்ள இவையே ஓர் உரைகல்லாகவும் அமைவதுண்டு. மேலும் சொற்கூட்டங்களாகவும் ஜாலங்களாகவும் கவிதைகள் போன்றதைத் தொடர்ந்து சந்தித்துவரும் ஒரு கவி மனதிற்கு இவை தேவையான உணர்ச்சியைப் போதுமான அளவிற்கு வழங்கவே செய்கின்றன. தவிர சாமான்யமாக இவற்றை அவ்வளவு லேசில் உருவாக்கியும் முடியாது. இவற்றில் தோய்ந்திருக்கிற உணர்ச்சி (நான்கு கவிதைகளினூடாக ஓடும் ஒரு வன்னுணர்ச்சி ரேகை) எளிதாகவே வாசகனுக்கு கவித்துவ அனுபவபூர்வமாகி விடுகிறது.

'நீங்கள்
எதை வேண்டுமாயினும்
தின்னுங்கள்
நானோ
என் பன்றிகளுக்கு ரோஜாக்களையே தருவேன்'

என்ற அவரது இன்னொரு கவிதையில் நாம் அடைவதைப் போலவே. வெய்யிலின் முழுமையான வெளிப்பாட்டுலகமாக மேற்குறித்த இக்கவிதைகளை மட்டுமே கருதிவிட முடியாது. கவிதை என்றால் என்ன என எவரேனும் புதிய வாசகர்கள் அறியும் பொருட்டு நாம் எடுத்துக்காட்டக்கூடிய லட்சணம் கொண்டவை இவை அவ்வளவுக்கு முக்கியமானவைதான்.

இக்கவிதைகளின் வெளிப்பாட்டு மொழியும் முறையும் கவிஞனாக உருவாகிவிட்ட எவ்வொருவருக்கும் சாத்தியம்தான். ஆனால் ஒரு கவிஞன் தனித்துவமான ஆளுமை கொண்டவனாக அடையாளம் பெற இவை போதுவதில்லை. அவனுக்கென்று எந்த முன்மாதிரியுமில்லாத பிரத்தியேக உலகம் உருப்பெற

வேண்டியுள்ளது. அவன்தான் குறிப்பாகக் கவனிக்கப் பெறு பவனாகிறான். இக்கட்டுரையின் தொடக்கப்பகுதியில் குறிப்பிட் டபடி தொல்கிராமிய உணர்வும், ஒருவகையான வன்மொழியும், அரிதான நிலக் காட்சியும்தான் வெய்யிலின் தனித்த அடை யாளங்கள்.

அவரது தொடக்க கவிதையான 'மீதமிருக்கும் கதை'யின் சிறுவன் எத்தனையோ கதைகள் கேட்டிருப்பானெனினும் தன்னை இரையாக்கிடத் துரத்தும் ஒரு மிருகத்திடமிருந்து தப்பியோடும் மான் குறித்த வன்மக் காட்சியே அவன் நினைவில் நின்றிருக்கிறது. வளர்ந்த பின்பும் அதுபற்றிச் சிந்திப்பவனாக இருக்கிறான். வளர்ந்த அச்சிறுவன்தான் பல்வேறு விதமான பாத்திரங்களாக அவரது பன்முக மன நிலைகளாக கவிதைகளில் இடம்பெறுகிறான் போல. தொகுப்பின் கடைசி கவிதை 'நட்சத்திரத்தின் விதி'யை அவனின் கனவெனவே கொள்வோமெனில் அங்கும் முதல் கவிதையின் கதைக்கு ஒரு படிமேல் சென்று ஊருக்குள் புகுந்த சிறுத்தை பதிமூன்று மாதக்குழந்தையைக் கதறக் கதற இழுத்துச் செல்வதைக் கண்டடைகிறோம். இது போன்று வாழ்வில் நிகழ்ந்த பலவிதமான தருணங்களிலிருந்து ஒருவிதமான வன்ம நிகழ்வுகளையே படிமமாக்கி வன்மொழியில் தொகுத்துப் பகிரத் துடிக்கிறது கவிமனம். அவ்வாறெனின் அம்மனத்தின் இருத்தல் சார்ந்த வாழ்வியல் போராட்டம் (அ) நிகழ்வுகள் இத்தன்மையனவாக இருக்கலாம்; அல்லது விந்தையான ஒரு கலைஞனின் மனம் அவற்றை இவ்வாறாக எதிர்பார்க்கவும் செய்யலாம்; படைப்பாக்கவும் விழையலாம்.

வெய்யிலின் கவிதை பொருண்மையில் மட்டுமல்ல அதைக் கூறும் விவரணை மொழியில்கூட இந்த வன்பிரயோகம் அழுத் தமாகவே வெளிப்படுகிறது. பூப்பறிப்பது பூவைக் கொல்வதா கிறது. புலரும் காலை எரியும் காலையாகவும், அலையும் கடலலை துடிக்கும் கடலலையாகவும், நீரின் பிம்பத்தைக் கலைப்பது உடைப்பதாகவும், மணம் நாசியில் நுழைவது கிழிப்பதாகவும் கூறப்படுவதை கவனிக்கிறோம். அவர் தமது தொகுப்பிற்கு தேர்ந்தெடுத்திருக்கிற தலைப்பின் தன்மையும் (குற்றத்தின் நறுமணம்) இவ்வாறானதுதான்.

செத்த சர்ப்பம் போலிருந்த அவரது ஆண் குறியை வெட்டி யெறிந்துகொண்ட அப்பா, சித்திர சர்ப்பமுடைய விலை மிகுந்த கத்தியால் மகனால் கொல்லப்படும் அம்மா, கழுத்திறுகி கண்விழிப் பிதுங்கி நாக்கு வெளியே தொங்க தற்கொலை செய்துகொண்ட கோமாளி, பலியாட்டின் ரத்தப்பொரியலை தின்ற நாக்கு, தாயைப் புணர்ந்தவர்கள் சூடுவைத்துக்கொண்ட குறிகள், பலவித துரோகங்கள், பாழடைந்த வீடு - கோயில்களில் தஞ் சமடைபவன், ஏழையின் குடிசையில் திருட திட்டமிடுபவன், சாராயம் கஞ்சா பழக்கமுடையவன், பன்றி ரத்தம் ஈரல் உண்பவன், எந்தக் கணத்திலும் முதல் கொலைக்கு முந்திய நொடி வரை மன்னிப்பின் மீது நம்பிக்கை இருந்ததெனக்கு என்பவன், உங்கள் குரல்வளைக்குள் நுழையலாம் என் கத்தி என்பவன், சீழ்கட்டிய காயங்களைக்காட்டி கடவுள் புணர்ந்த யோனிகள் என்று குலுங்கிச் சிரிப்பவன், அறுப்பதற்கோ நறுக்குவதற்கோ பழங்கள் இல்லாதபோது வெண்ணை மணக்கும் கத்தியை உங்கள் மிருதுவான அடிவயிற்றில் சொருக நினைப்பவன், சுவரெங்கும் தெறித்த குருதிக்கறையை மறக்காமல் கழுவி விடச் சொல்பவன், வளர்ப்பு பிராணியைக் கொன்று பழகலாம் என ஆலோசனை கூறுபவன், என் தாயின் வலது முலையை நீங்கள் பறித்துக்கொண்ட போதிலிருந்துதான் குருதியருந்தப் பழகினோம் என்பவன், குற்றங்களின் வாயிலாக நாம் கடவுளை அடையலாம் எனக் கூறும் கன்னியாஸ்திரியாய் இருந்தவள், மண்டியிடு என் வறண்ட பூமியில் நீ ரத்தம் சிந்து என்பவன், குழியில் அவசரமாய் உடல்களைப் புதைத்து அடையாளமாய் சில கருஞ்சிவப்புக் கூழாங்கற்களைப் பதித்து மௌனமாய் பதட்டத்தோடு குழப்பமாயும் வீடு திரும்புகிறவர்கள், பிறப் புறுப்பிலிருந்து ஒவ்வொன்றாய் பிடுங்கப்பட்ட மயிரில் தூரிகை செய்துகொண்டவர்கள், திருடப்போகும் வீட்டில் பிரார்த்தனையில் இருப்பவனைக் கொல்லவும் சுய இன்பம் கொள்பவனுக்குப் பரிசளிப்பதென்றும் முடிவு செய்பவர்கள், பைத்தியங்களை விரட்டிப்பிடித்து அவர்களின் விலாவோரம் கிழித்து வழிந்த பித்தத்தின் நீலத்தை சேகரிப்பவர்கள் என கவிதைகளினூடாகப் பரந்து விரித்திருக்கிற பாத்திரங்களின் வழியிலாக வன்மக்காட்சிகள் பதிவு பெற்றுள்ளன. இதற்கு

முன் இந்தளவிற்குக் குரூரப் பின்னணி கொண்ட கவிதைகள் தமிழில் குறைச்சல்தான்.

இவ்வாறான வன்னுலகை முன்னிறுத்துவதன் தேவை சமகாலக் கவிதையின் பாடுபொருளைப் புதுப்பித்துக் காண்பிப்பதா அல்லது கவிதையின் உணர்ச்சியைக் கூர்த்தீட்டி எழுச்சிக் கொள்ளச் செய்யும் படைப்பியல் சூட்சுமமா? இவை வாழ் வனுபங்களிலிருந்து முகிழ்த்தனவா அல்லது வேறுபட்டு எழுதிப்பார்க்கப் புனைந்துரைக்கப்பட்டனவா என யோசிப்பது தவறாகாது.

சில கவிதைகளில் இவ்வம்சம் மிகச்சாதகமாகவும் சில இடங் களில் ஒட்டாமலும் நிற்கிறது. அதைவிட முக்கியம் அது அக்கவிதையை முழுமைபெறச் செய்வதில் எத்துணைப் பங்காற்றுகிறது என்பதுதான். அவ்வகையில் இப்பின்னணி-யிலான கவிதைகளில் மொழி வேகமும் அதிர்வும் கூடுதலாயுள்ள அளவிற்குக் கவிதையனுபவம் ஈடு பெறாமல் போகின்றன. 'நிசிமழைக் கூத்து', 'அம்மாவின் வாசனை', 'ஞாய்வனம்' போன்ற கவிதைகளின் படிமமொழி வேகத்தில் கவிதையனுபவத்தைத் தவறவிடுகிற நாம், 'கடைசி பிரார்த்தனையைத் தொடங்குங்கள்', 'நாவல் முத்தத்தின் எச்சில்' போன்றவற்றில் முழுமையாகப் பெற்றுக் கொள்கிறோம். இது தொடர்பாக இங்குக் கூற வேண்டிய மற்றொரு விஷயம் கவிதைகளின் தலைப்பு மொழி. 'மிருக நடனம்', 'நாடோடியின் மணற்திராட்சை', 'பன்னீர் பூக்களால் நெய்யப்பட்ட கனவு' என கவிதைகள் சிலவற்றுக்கு மிகையான தலைப்புகளை இட்டிருப்பதை அவரின் மொழி ஆர்வக்கோளாறு எனக் கூடச் சுட்டலாம். (தேவையான, பொருத்தமான தலைப்பென்று இல்லாமல் கவிதையில் உருவான புதிய படிம வரியைத் தலைப்பாக கொள்வதும்). இதனிடையே 'திராட்சைப் பூக்களின் பாடல்' என்ற படிமத் தலைப்பிலான கவிதையோ மேலும் படிமங்களால் நிறைந்து படிமத்தைப் படிமத்தால் விவரித்து நம்மைப் பரவசப்படுத்தவும் செய்கிறது.

இத்தகைய கவிதைகளின் மொழியிலிருந்து சற்றே சமரசப்பட்ட, வெளிப்படைத் தன்மையேற்ற கவிதையோட்டத்தில் ஓரளவுக்குத் தொடர்ச்சியைக் கொண்டிருக்கிற 'கடவுள் புணர்ந்த யோனிகள்', 'நீங்கள் அழைக்காத நாளில்', 'இன்றிரவு மறைந்திருந்து அவர்களை தாக்கலாம்', 'தகப்பன் பாடல்', 'வேறு வழி

யில்லை இனி', 'இரங்கலும் இரங்கல் நிமித்தமும்` போன்றவை சற்றே அறிவுசார் கிரஹிப்பும், புனைந்துரைப் பாங்கும், மறைவரசியல் போராளி நோக்கும் கொண்டவை. 'இரங்கலும் இரங்கல் நிமித்தமும்' சங்க இலக்கிய நெய்தல் திணையையும் இன்றைய மீனவர் படுகொலையையும் நுட்பமாய் நெய்து காட்டியுள்ளது. 'தகப்பன் பாடல்' கவிதை, துயர முடிவெய்திய ஈழப் போராளிகளோடு இணைத்து வாசிக்கச் செய்கிறது. 'ஆண்களின் சிவந்த கண்கள்' பெண்களின் உறவில் ஏற்படும் சிறு விரிசல்களால் பிரிந்து, பெண்களுக்காக இரங்கி நிற்கும் நவீன ஆண்களின் நெய்தல் திணையாக வாசிக்க இடமளிக்கிறது. இவ்வகையில் இந்த இரண்டு கவிதைகளும் முக்கியத்துவம் பெறுகின்றன.

பலவிதமான மொழியமைப்பும் கூறுமுறையும் பாடுபொருளு முடைய இக்கவிதைகளிடையே மையச் சரடாக உள்ளது எது எனக் கண்டறிவது அவ்வளவு லேசானதல்ல. காண்கிற, புதுமையாக உணர்கிற, அரசியலாய்ச் சிந்திக்கிற, வாழ்வின் குரூரங்களைக் கூர்ந்து நோக்குகிற, கிராமியத்தைத் துல்லிய மாக்குகிற, மொழியின் பரவச விளையாட்டில் புனைந்து பார்க்கிற எனப் பலவிதமான முறைகளிலும் விரவிக்கிடக்கிற இவர் கவிதைகளின் பயண திசை மேற்குறித்த அரசியல்சார் கவிதைகளாலும் கீழ்வரும் கிராமம் சார் மொழியாலும் தீர்மானிக்கப்பட்டு இன்னும் செரிவாக்கப்படலாம்.

ஒரு கிராமத்தானாக இருந்தும் கிராமம் சார்ந்த சூழலோடு பெரிதும் மாறுபட்டிருக்கிற வெய்யில் கவிதைகளிடையே உயிர்த்திருக்கும் அவரது கிராமிய பெயர்சொற்கள் எனக்குப்போல் பலருக்கும் ஈர்ப்பைத் தரலாம். பனை, தாமரை, மணல்வெளி, அயிரை -பன்னா மீன்கள், ஆமை, நீர்ப் பாம்பு, திராட்சைப் பூக்கள், இசக்கிக் கோயில், கன்னிமார் குலவை, ஓலைப்பெட்டிகள், தகிக்கும் கரம்பைகள் சுருண்ட குளம், கலயம் பொங்கி நுரைத்த கள், சுடலை மாடன் பூடம், கன்னிக்கோயில் செந்திரட்டை, பிச்சிப்பூ, அமலைப்பூ என ஒவ்வொரு சொல்லும் வெய்யிலின் கவிதைகளுக்கல்ல தமிழ் நவீன கவிதை மொழிக்கே ஒரு புதிய உணர்ச்சியைக் கூட்டுவதாகவும் அமைகிறது.

(கல்குதிரை - 25, ஜூன் 2015))

அறிவியலும் அரசியலும் குழந்தைகளும்

(பாம்பாட்டிச்சித்தனின் 'இஸ்ரேலியம்')

தமிழ்க்கவிதை அகம், புறம் என்கிற பாகுபாட்டில் காதலையும், வீரத்தையும், நீதி அறநெறிகளையும், பக்தியையும், ஆன்மீகத் தேடல்களையும், அரச, அதிகார விசுவாசத்தையும், சமூக விமர் சனங்களையும், பொதுவுடமை சிந்தனைகளையும், தேச மொழிப் பற்றினையும், பாலியல் சிக்கல்களையும், தனிமனிதப் பிரச்சனை களையும் பாடுபொருளாகக் கொண்டு கடந்து வந்துள்ளது.

நவீன கவிதையாக இன்று பரிணமித்து நிற்கும் தமிழ்க்கவிதை பெண்ணியம், தலித்தியம், பின் நவீனத்துவம் போன்றவற்றையும் தம்முள்ளடக்கி, புதியதிசைகளை உருவாக்கியதோடு அறி-வியலையும், அறிவியலாகவும் எழுதப்பட்டு இன்று புதியதொரு பரிமாணம் கண்டு நிற்கிறது.

குற்றவுணர்வின் மொழி என்கிற கவிதைத் தொகுப்புக்குப் பின் இரண்டாவது தொகுதியாக வெளிவந்துள்ள பாம்பாட்டிச் சித்தனின் இஸ்ரேலியம், அறிவியல் கவிதை என்கிற புதியதொரு வகையை நிறுவ முயன்றுள்ளது. வழமையான பலதரப்பட்ட கவிதைகளை இவை கொண்டிருப்பினும் தம் முன்னுரையில் "அறிவியலை அன்றாட வாழ்வில் பார்ப்பது, அன்றாட வாழ்வை அறிவியலோடு எளிமையான சரடு ஒன்றினால் இணைத்து விடுவது மேலும் அறிவியலின் சில கோட்பாடுகளை உடைத்து இன்னொரு பரிமாணத்திற்கு வழியமைப்பது என நிறைய கையாண்டிருக்கிறேன். இன்னும் தமிழ்க்கவிதைப்பரப்பில் அதிக மான அறிவியல் கவிதைகள் எழுதப்பட வேண்டும். இந்தத் தொகுப்பின் பாதிக்கவிதைகளில் அறிவியலின் பாதிப்பு இருப்பது எனக்கு மிகுந்த மகிழ்ச்சியளிக்கிறது" என்ற பாம்பாட்டிச் சித்தன், அறிவியலையே முதன்மைப்படுத்தி இருப்பதை கவனத்தில் கொண்டு நாமும் அதற்கான முக்கியத்துவத்தோடு தொகுப்பை அணுகுகிறோம். தொகுப்பின் முதல் பக்கத்தில் இணைக்கப் பெற்றுள்ள தனிம வரிசை அட்டவணையும் அம்மனநிலையைத் தூண்டிவிடச் செய்கிறது.

கலை என்ற உணர்ச்சிநிலையும், அறிவியல் என்ற அறிவுத் துறையும் எதிரிடையாகவே காணப்படுகின்றன. ஆனால் கலையின் அடிப்படையான கற்பனை அறிவியலுக்கு அடிப்படையாவதும், அறிவியலின் தர்க்கவியல் கற்பனைக் கலையிலும் கையாளப் படுவதும் இன்று இயல்பாக்கப்பட்டுள்ளன. கலையை அறிவி யலால் திறனாய்வது மட்டுமல்ல அறிவியலாகப் படைப்பதும் காலத்தின் கட்டாயமாக நிகழத் தொடங்கி விட்டது.

கவிதை பண்பாட்டையும், வரலாற்றையும், தொன்மங்களையும், உளவியலையும், நுண்கலைகளையும், மொழியியலையும், தத்து வத்தையும் தமக்குள் சுவீகரித்துக் கொண்டுள்ளது. போன்றே இன்று அறிவியலையும் தவிர்க்கவியலாமல் இணைத்துக் கொள்ள வேண்டிய சூழல் உருவாகியுள்ளது. வரலாற்றையும் கூட நாம் சமூக அறிவியல், என அழைப்பதையும் கூற வேண்டும். இயல், இசை, நாடகம் என்றிருந்த முத்தமிழ் இன்று அறிவியல் தொழில்நுட்பம், புதிய வாழ்க்கை முறை, புதிய கலைச்சொற்கள் ஆகியவற்றினால் அறிவியல் தமிழ் என நான்காவதாக கிளைத்திருப்பதையும் கவனத்தில் கொள்ள வேண்டும். பலஆண்டுகளுக்கு முன்பே கம்ப்யூட்டர் கவிதைகள் என்ற புதிய கவிதைகளும் தமிழில் அறிமுகப்படுத்தப்பட்டன (புதுயுகம் பிறக்கிறது).

தமிழ்ச்சூழலில் E–MC2 என்ற பிரமிளின் புகழ்பெற்ற கவி தையை அறிவியலைப் புராணிகத்துடன் இணைத்து, தத்துவ மாகக் கண்ட புதிய அறிவியல் கவிதையாகக் கொள்ளலாம். அடுத்து பிரம்மராஜன் தாம் தேர்ந்தெடுத்துச் செய்த மொழி பெயர்ப்புக் கவிதைகளில் அறிவியலின் தாக்கம் கொண்ட பரிசோதனைத்தன்மை நிறைந்த கவிதைகள் இடம் பெற்றிருப் பதையும், அவரது சொந்தக் கவிதைகளில் அறிவியல் பதங்கள் உபயோகப்படுத்தப்பட்ட பரிசோதனை படிமத் தொடர்கள் உருவாகியிருந்ததையும் கூற வேண்டும்.

இதன் தொடர்ச்சியான செயல்பாடாகவே பா.சியின் இஸ்ரேலியம் தொகுப்பின் அறிவியல் கவிதைகளையும் கொள்ளலாம். ஒரு நாட்டின் பெயரையும், தனிமத்தின் பெயரையும் ஒரே நேரத்தில் நினைவூட்டும் இத்தலைப்பை கவிதைத் தொகுப்பின் பெயராக

உள்வாங்கவே சில நிமிடங்கள் எடுத்துக்கொள்ள வேண்டி யிருந்தது.

ஓரளவு அறிவியல் பார்வையைக் கொண்டிருந்த சித்தர் மரபினரில் ஒருவரான பாம்பாட்டிச்சித்தரின் பெயரும் இங்கு ஆசிரியரின் பெயராக பிணைந்திருப்பதும் ஒரு புதுமையான உணர்ச்சியை நமக்குள் ஏற்படுத்தி விடுகிறது.

கடந்த பல நூற்றாண்டுகளில், மனித மனம் எதிர்கொள்ளாத புதிய சூழலை இந்நூற்றாண்டின் அறிவியல் வழங்கியிருக்கிறது. மனித மெய்ப்பாட்டுணர்ச்சிகள் இதுவரையிலில்லாதவாறு அறிவியலின் புதிய விளைவுகளால் புதிய அனுபவங்களை எதிர்கொள்கின்றன. அரசர் காலத்து போர்குறித்த அச்சத்தையும், அணுஆயுதப் போர் குறித்த அச்சத்தையும் ஒப்பிட்டுக் கண்டால் ஒருவகையில் இது விளங்கும். நவீன வாழ்க்கை, அறிவியலால் கட்டப்பட்டுள்ளது மட்டுமல்லாது, அன்றாட வாழ்வியலில் முன்னேற்றத்தை வழங்கியிருப்பது போன்ற தோற்றத்தை அது தந்தாலும் அடிப்படை வாழ்வியலில் சிக்கலை உண்டாக்கவே செய்திருக்கிறது. நடைமுறை வாழ்வை, அறிவியல் பார்வை மூலம் புரிந்து கொண்டு நடத்துவதற்கும், அறிவியல் சாதனங்களைப் பயன்படுத்திக் கொண்டு நடத்துவதற்கும் அப்பாற்பட்டதாகவே அதிகார அமைப்பு கைக்கொள்ளும் அறிவியல் நுட்பங்களை வேறுபடுத்திக் காணவேண்டும். பாம்பாட்டிச் சித்தனின் இத் தொகுப்பு, இப்பாகுபாட்டை நன்குணர்ந்து, அறிவியலை நேர்மறையாகவும் எதிர்மறையாகவும் இக்கவிதைகளின் இழையோடச் செய்திருப்பதைக் காண்கிறோம்.

தேநீர் மூலக்கூறுகளும் பாதரச அணுக்களும், அநிச்சய பிரபஞ்சம், நான்காம் பரிமாணம், ஸ்க்ரோடிங்கரின் பூனை, இயக்கவியலின் இரண்டாம் விதியும் ஒரு தற்கொலை முயற்சியும், தாய்-சேய் இணைப்புத்திசு, இஸ்ரேலியம், (கவி) அய்யப்பனும் அநிச்சயக் கொள்கையும், கூடங்குளத்து சாஸ்தா போன்ற இத்தொகுப்புக் கவிதைகளின் தலைப்புகள் நேரடியாகவே அறிவியலைச் சுட்டு கின்றன. ஆனால் கவிதைகள் முழுமையாக அறிவியலை மட்டுமே கொண்டவை எனக் கூற முடியாது. அதேநேரம், சாதாரணத் தலைப்பு கொண்ட சில கவிதைகள் அறிவியலை மையப்படுத்தியும் உள்ளதைக் கூற வேண்டும்.

அறிவியலுக்கு ஆட்பட்ட இத்தொகுதி கவிதைகளைப் பாகு படுத்திப் பார்க்கும் நோக்கில் கீழ்க்கண்டவாறு வகைப்படுத்தலாம்.

1. அறிவியல் கலைச்சொற்களை கவிதைகளினூடாக உவமை போன்று ஒப்புமைப்படுத்திக் கூறியவை.

2. நடைமுறையில் பயன்படுத்தப்படும் சொற்களுக்கு மாற்றாக அறிவியல் சொற்களை அல்லது பெயர்களைப் பயன்படுத்தியவை.

3. அறிவியல் கோட்பாடுகளை வாழ்க்கைச் சம்பவத்தோடு இணைத்துத் தந்தவை.

4. அறிவியலையும், கற்பனையையும் பயன்படுத்தி புதுவகை கவித்துவ அனுபவத்தை தருபவை.

5. அரசு அதிகாரம் பயன்படுத்திய அறிவியலால் ஏற்பட்ட அவலத்தைப் பேசுபவை.

ஒவ்வொரு வகைக்கும் குறைந்தபட்சம் இரண்டு உதாரணங்களை யேனும் வாசகர் எதிர்கொள்ளலாம். அறிவியல் பதங்களை இட்டு நிரப்பி எழுதப்படுபவை அறிவியல் கவிதைகள் ஆகவே ஆகாது. அதை நம் கவிஞர்கள் உணர்வார்களாக என்ற முன்னுரை வாசகத்தை தம் கவிதைகளிலிருந்தே பெற்றிருக்கக் கூடிய வாய்ப்பை சில கவிதைகள் ஏற்படுத்தவே செய்கின்றன.

இஸ்ரேலியம் என்கிற நாட்டையும், தனிமத்தையும் ஒப்பிட்டுக் காணும் தொகுப்பின் தலைப்புக் கவிதையான 'இஸ்ரேலியம்' என்ற கவிதையும், 'கூடங்குளத்து சாஸ்தா' என்ற அணுமின் நிலையம் தொடர்பான கவிதையும் தொகுப்பின் சிறந்த அறிவியல் கவிதைகளுக்கு சாட்சியமாகின்றன. கூடங்குள அணு உலை எதிர்ப்பு உண்ணாவிரதம் தீவிரமாகிக் கொண்டிருக்கிற இச்சமயம், இக்கவிதையை வாசிப்பது என்பது அவர்களது கோரிக்கைகளுக்கு வலுச் சேர்க்கும் செயலாகக் கூடும். இக்கவிதை, அவர்கள் எதிர்காலத்தில் நிகழக்கூடியதாய் எண்ணி அச்சப்படும் சம்பவத்தை இறைவனை ஒரு பாத்திரமாக்கி எள்ளலுடன் அவலத்தின் சித்திரமாயும் தீட்டிக் காட்டியுள்ளது.

இதைப்போன்றே எதிர்காலத்தைக் கணித்துத் தருவதான ஒரு அரசியல் கவிதையும் (தனிமையுடனான உரையாடல்)

நடப்புக்கால சமச்சீர் கல்வி பிரச்சனையைத் தீர்க்க தரிசனமாய் கண்டுவிட்டதான பரிணாமம் என்கிற கவிதையும், தொகுப்பின் கவிதைகளில் அதன் அரசியல் தன்மை கருதி முக்கியத்துவம் பெறக்கூடியனவாகும்.

சரித்திரத்தில் படிந்த நிழல்கள் நாவலில் தமிழவனால் உருவகிக்கப்பட்ட கருணாநிதி, ஜெயலலிதா பாத்திரங்கள் போன்றே 'சிதையும் கனவுகளின் கோட்டை', 'சென்னாபட்டிணம்' ஆகிய கவிதைகளிலும் சம்பவங்களாக உருவகிக்கப்பட்டுள்ளனர். வெளிப்படையான அரசியல் காட்சிகளை வரலாறாகக் கூற முனைந்துள்ள இக்கவிதைகள் அறிவியல் கவிதைகளுக்கு நிகரான அரசியல் கவிதைகளாக தமிழ்ச்சூழலில் பின்பற்றத்தகுந்த முன்னோடிக் கவிதைகளாக திகழ வாய்ப்பிருக்கிறது.

ஒரு படைப்பில், குழந்தைகள் இடம்பெறும்போது அப்படைப் புக்கு ஒரு நெகிழ்வுத் தன்மை கூடி விடுவதைப் போலவே குழந்தைகள் இடம்பெறும் கவிதைகள் (ஒன்பது) இடம் பெற்றிருப்பதன்மூலமாக ஒரு நெகிழ்வுத்தன்மை இத்தொகுப்புக்கு கிடைத்திருக்கிறது. சுய அனுபவமாகவும், புனைவாகவும், தரிசனமாகவும், கிடைக்கப்பெற்ற இக்கவிதைகள், தொகுப்புக்கு அறிவியல், அரசியல் ஆகியவற்றுக்கு அப்பாற்பட்ட ஒரு கலைத்தன்மையை வழங்கியுள்ளன. 'கண்ணேறு' கவிதையில் இடம்பெறும் சிறுவனும், 'கிச்சு கிச்சு பூதம்' கவிதையில் இடம் பெற்றுள்ள குட்டிப் பெண்ணும் தத்தம் தந்தைகளை எதிர்கொள்ளும் முடிவுகளில் சிறந்த கவிதைகளாக மலர்ந்து நமக்குக் கிடைத்திருக்கிறார்கள்.

அறிவியல் ஆர்வலனாக, அரசியல் விமர்சகனாக ஏற்படுத்த நினைக்கும் பிம்பத்தைக் காட்டிலும் ஒரு தகப்பனாக உரு வாகியிருக்கும் தோற்றம் பாம்பாட்டிச் சித்தனுக்கு மதிப்பளிக்கக் கூடியதாகவே அமைந்துள்ளது.

ஸ்பெயின் காளை வீரன், ஜப்பானிய சாமுராய் ஆகியோர்களைக் குறித்த கவிதைகளும் கேரளத்து பழசிராஜா, கவிஞர் அய்யப்பன் குறித்த கவிதைகளும் தமிழ் நிலப்பரப்புக்கு வெளியிலான அனுபவத்தை இத்தொகுப்புக்கு அளிக்கவே செய்துள்ளன. வாசிக்கத் தகுந்த அரசியல் கவிதைகளும், பயிலத் தகுந்த அறிவியல் கவிதைகளும், அனுபவிக்கத் தகுந்த சிறார்

கவிதைகளும் நிறைந்துள்ள இத்தொகுப்பில், தனித்துவமான ஒரு கவிதையாக சமீபத்தில் காலமான மலையாளக் கவிஞர் அய்யப்பன் குறித்த கவிதை இடம் பெற்றுள்ளது. பாலச்சந்திரன் சுள்ளிக்காடின் 'எங்கே ஜான்' என்ற கவிதை தரும் அந்த உணர்ச்சிமயமான அவலச் சுவையை, இக்கவிதையும் வழங்கி நிற்கிறது. அக்கவிதையை, இவ்விடத்தில் முழுமையாகத் தந்தாலே இம்மதிப்புரையும் முழுமையாகக் கூடும். தவிர அத்தகையதொரு கவிதையில் பா.சி. அறிவியலை பிணைத்திருக்கும் பாங்கை நீங்கள் அறியவும் அது வழிவகுக்கும்.

(கவி) அய்யப்பனும் அநிச்சயக் கொள்கையும்

நகரும் டாக்ஸியில்
அமைதியை உடைத்து ஆர்வத்துடன்
கவி அய்யப்பனை அறியுமோ?
என்று கேட்டேன் மலையாளியான டிரைவரிடம்
திருச்சூரைச் சேர்ந்த
அய்யப்பனை தனக்கு
பரிச்சயம் உண்டென்றும்
எப்போதும் தண்ணியில் மூழ்கிக் கிடந்ததால்
செல்லமாக
அனைவரும் அவரை
தாமரை என விளித்ததாயும்,
இருக்கும் இரு மகன்களாலும்
சாகும்வரை சல்லிகாசு அவருக்கு
பிரயோசனமில்லை எனவும்,
பீடி வலித்து, வலித்து அத்தேகம்
மிகவும் க்ஷீணமடைந்து போனதாகவும்,
ஒரு காலத்தில்,
அய்யப்பன் நடத்திய உணவு விடுதியில்
தான் வாடிக்கையாக உணவு உண்டதாகவும்
அவ்வப்போது தானெழுதும் கவிதைகளை
அய்யப்பன் அங்கு முழங்கியதால்
விடுதியும் நசிந்து போனதாக தெரிவித்தார்.
பின் அவரது அய்யப்பனுக்கு
ஊறு நேராதவாறு

அய்யப்பனை குறித்து
நானறிந்த தகவல்களை
அவரிடம் பகிர்ந்து கொண்டேன்.
அய்யப்பனுக்கான சாத்தியங்களை அவரவர்
விரிவுபடுத்திக்கொண்டே இருந்தோம்.
பீடி வலித்தவாறே
அய்யப்பன்
கவிதை முழங்கும் வேகத்தை பார்க்கும்
அதே நேரத்தில்
நலிவுற்ற உடல்நிலையை
நாம் காணத் தவறி விடுவோம்.
என அவர் சொன்ன வரிகளுக்கு
எதிரான செயலும் சத்தியம் என ஆமோதித்தேன்.

ஒளி ஊடுருவும் எங்கள் பேச்சினூடே
வாழ்வின் திசையில் மாறாத வேகத்தோடு
அய்யப்பன் பயணித்துக் கொண்டிருந்தார்.

சமயங்களில்,
இருவரும் பேசிக் கொண்டிருந்தது
பொருந்திப் போய்

ஒரே அய்யப்பனாக
ஒரு எலக்ட்ரானைப் போல

மேலும் சில சமயங்களில்
துகளின் தன்மையோடும்
அலையின் சுபாவத்தோடும்
இயங்கும்
அதே எலக்ட்ரானைப் போல்
இருவேறு அய்யப்பன்களாக.

(கொம்பு -2, 2013)

தலைப்பிரட்டை
பேசும் பட்டாம்பூச்சியாகும் விந்தை

(மனோமோகனின் 'பைத்தியக்காரியின் பட்டாம்பூச்சி')

மனோமோகனின் முதற் கவிதைத் தொகுப்பு இந்தப் "பைத்தியக் காரியின் பட்டாம்பூச்சி". இத்தொகுப்பில் பட்டாம்பூச்சி மேய்ப் பவன் என்றொரு கவிதையும் இருக்கிறது. பல ஆண்டுகளுக்கு முன்பு தமிழில் பட்டாம்பூச்சி விற்பவன் என்றொரு தொகுதி வந்தது நினைவிருக்கலாம். அத்தொகுதியை எழுதியவர், தான் ஒரு சிறந்த விற்பனையாளர் என்பதையும் நிரூபித்து விட்டார். நகுலன் வெயிலில் வண்ணத்துப் பூச்சி பறப்பதான படிமம் கொண்ட ஒரு சிறந்த கவிதையையும் எழுதி உள்ளார். எனினும் பலப்பலர் எழுதி எழுதி அதை வெகுசன கவித்துவ அழகியலில் தேய்ந்த படிமமாக்கிவிட்டதனால் எனக்கு அதன் மீது ஓர் ஒவ்வாமை. வண்ணத்துப் பூச்சியை என் கவிதை ஒன்றிலும் நான் இதுவரைப் பயன்படுத்தியதில்லை. 'ழ' கவிதைகள் குறித்து ஒரு கட்டுரை எழுதும் சமயத்தில் பாரதியும்கூட வண்ணத்துப் பூச்சியைத் தன் கவிதையில் பயன்படுத்தாமையைக் கண்டு பிடித்தேன்.

மனோமோகனுக்கு அறிமுக உரை எழுதியுள்ள ரமேஷ் பிரேதன், வண்ணத்துப் பூச்சிகளைப் பற்றி எழுதாத கவிகளில்லை. ஆனால் வண்ணத்துப் பூச்சியைப் பிடித்து பைத்தியத்திற்கு தந்த முதல் கவிஞன் இவன் எனக் குறிப்பிட்டுள்ளார். மட்டும் இல்லாமல் தலைப்பில் சிறகடிக்கும் வண்ணத்துப் பூச்சி தொகுப்பின் பல கவிதைகளின் ஊடாகவும் பறந்து விநோதமான பரிணாமமடைவதும் நிகழ்ந்துள்ளது . அது பறக்கவும் நீந்தவும், பேசவும் செய்கிறது.

தொகுப்பின் இரண்டாவது கவிதையான மீன்களின் மரணம் (ப. 20) கவிதையில் பாலித்தின் பை நிறைய தலைப்பிரட்டைகள் அறிமுகமாகின்றன. உண்மையில் கவியின் பால்ய மனவெளியில் அவை தலைப்பிரட்டைகள் அல்ல; சிறுமீன்கள். இக்கவிதையில் அச்சிறு மீன்கள் அவனுக்கும் அவளுக்கும் உவமையாகவும் செய்கின்றன. தொடக்கப்பகுதியில் பறவையின் அலகாக

அவனும் அதனிடமிருந்து தப்பிக்கும் சிறுமீனாக பெண்ணும் இரு தனித்தனியான படிமங்களாக உள்ளனர். கவிதையின் இறுதியில், "கவ்வும் அலகுகளும் நாம் தப்பிக்கும் மீன்களும் நாமே" என சமரசமான சமமான படிமங்களாக்கப்பட்டுள்ளனர்.

தொடக்கத்தில் அலகாகவும் மீனாகவும் இருந்த உவமைகள், சிறு மீன்களாகப் பொதுப்படிமமாக மாறிப் பின் ஆண்மீன் x பெண்மீன் என பிளவுபட்ட படிமமாகக் கிளைத்து உள்ளன. இது அடுத்த கவிதையான "துண்டில்காரன் கதை" (ப.22)யில் முதல் கவிதையில் இருந்த பறவை அலகு சிறுமீன் என்று எதிர்வு ஆண்மீன் x பெண்மீன் ஆக இடம் பெயர்ந்துள்ளது எனலாம். அவ்வாறான விழுங்குதலில் ஒரு விநோத வளர்சிதை மாற்றமும் ஏற்படுகிறது. ஆண்மீனை விழுங்கும் பெண்மீனுக்கு உதட்டில் ஊசி வடிவக் குழலும் அடி வயிற்றில் ஆறுகால்களும் முளைக்கப் பட்டாம்பூச்சியாக மாறிவிடுகின்றது. ஆணைப்புணரும்– ஒரு வகையில்– விழுங்கும் பெண்ணுக்கு மார்பிலும் வயிற்றிலும் ஏற்படும் மாற்றம்போல.

இதுவரை இயற்கை சார்ந்து, நீர்மம் சார்ந்து, பறவை x மீன், ஆண்மீன் x பெண்மீன் என்ற இருமைகள், பெருநகரம் பல்லிகளுக்கானது(ப.30) என்ற கவிதையில் பல்லி x கரப் பான்பூச்சி என்ற நகர்மய எதிர்வுப் படிமமாக மாறிவிடு கின்றன. முதல் கவிதையில் அறிமுகமான வாலுள்ள தலைப் பிரட்டையை இங்கு பல்லியோடு இணைத்துப் பார்க்கலாம். பல்லியும் தவளையும் பூச்சிகளை ஒரே மாதிரியாகவே கவ்வுகின்றன.

வண்ணத்துப்பூச்சியான பெண்மீன் இப்பொழுது பல்லியாக உருமாறும்போது ஆண்-கரப்பான்பூச்சியாக வடிவெடுத்துள்ளதை காணலாம். வண்ணத்துப்பூச்சி வெளிச்சம், காற்று, தேன், வண்ணம், பறத்தல் ஆகியவற்றோடு தொடர்புடையதெனில் கரப்பான் பூச்சி இருட்டு, அழுகல், கருமை, ஊர்தல் என்ற எதிர்மறையான குணாம்சங்கள் கொண்டவையாக கவனத்தில் கொள்ள வேண்டும். தவிர இக்கவிதையில் முந்தைய – பறவை அலகு பெண்மீன் ஆகியவற்றின் விழுங்கும் தன்மையைப் பல்லி பெற்றிருப்பதனால் அதன் எதிர்வாகக் கரப்பான்பூச்சி மட்டுமல்லாமல் முக்கிய இணைப்படிமமாக சுவரில் ஒட்டப்

பட்ட பிளாஸ்டிக் பட்டாம்பூச்சியும் இடம்பெற்றுள்ளது. முந்தைய கவிதைகளில் பெண் - பட்டாம்பூச்சி எனில் இக்கவிதையில் ஆண் - பிளாஸ்டிக் பூச்சியான எதிர்வாக இடம் வகிக்கிறது.

பல்லியிடமிருந்து தப்பித்து சுவரிலிருந்து பறந்த பட்டாம்பூச்சி "கோப்பைக்கு வெளியே" (ப.38) என்ற கவிதையில் கவிஞனால் சற்று முன் பிடிக்கப்பட்டு எதிர்வந்து கை நீட்டும் அம்மணமான பைத்தியகாரிக்குத் தரப்படுகிறது. அம்மணமான பைத்தியக்காரிக்கு வண்ணத்துப்பூச்சியின் இறக்கைகள் ஆடை யாக்கப் படுவதாக - முயல்வதாக கருதலாம். இதுவரையில் எதிர்வு முகமாக இருந்த இருமைகள் இங்குக் காருண்யத்தில் முரண்களை இழந்து விட்டதாகக் கருதுவோமானால் நூல் அறிமுகப் பகுதியில் ரமேஷ்பிரேதன் கூறுகிற செய்தி, 'அப்படி அல்ல' என்பதை வலியுறுத்துகிறது. 'வண்ணத்துப் பூச்சிகள் கொடூரமானவை, கொலையை மிக எனிதாகச் செய்பவை; பட்டாம் பூச்சிகள் விஷம் கூடியவை, ஐந்து பட்டான்களை தின்றால் மரணம் நிச்சயம். பட்டாம் பூச்சிகளை மென்று விழுங்கி உயிரை மாய்த்துக் கொண்டவர்கள் பலரை எனக்குத் தெரியும், என அறியும் போது கவிஞன் பைத்தியக்காரிக்கு வண்ணத்துப் பூச்சிகளைத் தந்ததன் பொருள் அவளைக் கொல்லும் நோக்கிலானதாகவே அர்த்தம் கொள்கிறது. பறவையின் அலகாக, பெண்மீனாக, பல்லியாக இப்பொழுது ஓர் ஆணாக, பெண்ணைக் கொல்லும் ஒருவித முயற்சி நடைபெறுவதாக எண்ணலாம்.

கவிஞன் x பைத்தியக்காரி என்கிற இந்த எதிர்வு பட்டாம்பூச்சி மேய்ப்பவன் (ப.59) என்கிற கவிதையில் பட்டாம்பூச்சி மேய்ப்பவன் x வண்ணத்துப் பூச்சியைக் கையளித்தல் என்பதாக நபர் x செயல்பாடு என்ற எதிர்வாக மாறிவிடுகிறது.

ஒவ்வொரு வண்ணத்துப் பூச்சியைக்
கையளிக்கும் போதும்
ஒவ்வொரு முறை நிகழ்கிறது அவனது மரணம்...

கையளிப்பது தன்னைக் கொன்று சூழ்ந்துள்ளதை கொல்லவா என்ற கேள்வியும் எழாமல் இல்லை. தவிர முந்தைய "கோப்பைக்கு வெளியே" என்ற கவிதையில் அவனால் சற்று முன் பிடிக்கப்படும் வண்ணத்துப்பூச்சி இக்கவிதையில் உடம்பு முழுக்க சூழ்ந்துள்ளதாகவும் ஆகியுள்ளது. அவ்வாறு வண்ணத்

துப்பூச்சிகளில் தனிச்சிறப்புக் கொண்டதாக மீன் தொட்டியில் விடுவதற்கென நேர்த்தியாக நீந்தப் பழகிய வண்ணத்துப்பூச்சியும் உண்டு. பெண்மீனின் நீந்தும் பண்பு, பின்பு வண்ணத்துப்பூச்சியாக மாறியும் தொடர்ந்துள்ள 'fantacy' கூறாகவும் இதைக்கூறலாம்.

இக்கவிதையின் இறுதி வரிகள்,

"பட்டாம் பூச்சி மேய்ப்பவன் வருவதுண்டு
அவன் பேசுவதேயில்லை
பட்டாம்பூச்சிகள் மட்டுமே பேசுகின்றன
இறகில் எழுதப்பட்ட வர்ணங்களின் மொழியில்
தனக்கென வண்ணத்துப் பூச்சிகளைத் தவிர ஏதுமற்ற
அவனது பயணம் தொடர்கிறது
நிறமற்ற வெட்ட வெளியில்
வண்ணத்துப் பூச்சியின் மொழியைப் புசித்தபடி"

என முடிகின்றன.

முதல் கவிதையில் தலைப்பிரட்டையை அவளுக்குத் தருதல் என்பதே அவனது ஒருவகையான பேச்சுதான். அவ்வாறு அவன் தொடங்கும் பயணம் பல பரிணாமம் கண்டு இறுதியில் தலைப்பிரட்டை மீனாகி, வண்ணத்துப்பூச்சியாகி, பறந்து, நீந்தி, பேசவும் செய்கிறது. இப்போது அவன் பேசுவதே இல்லை. வண்ணத்துப்பூச்சிகளின் இறகில் எழுதப்பட்ட வர்ணங்களின் மொழியைப் புசித்தவாறு அவனது பயணம் தொடரவே செய்கிறது.

ஒரு சீரிய கவிதை விரும்பி எத்தகையதான பிரதியிலும் அதன் கவித்துவத்தையே பெரிதும் நாடுவான். அவ்வாறே அரசியல் பார்வை தூக்கலாகத் தெரியவரும் இக்கவிதைகளில் கவனத்துடனேயே அரசியல் விஷயங்களைத் தவிர்த்து அதற்கப்பாலும் அவற்றினூடே உள்ள கவித்துவ வினோதத்தை நான் வாசித்தவாறு (அதற்கு உபகாரம் செய்யவில்லை எனினும் கூட) பகிர விரும்பியதே இச்சிறு கட்டுரை.

(சேலம் தக்கை இலக்கிய அமைப்பு நடத்திய கவிதை நூல்கள் விமர்சனக் கூட்டத்தில் வாசிக்கப் பெற்ற கட்டுரை)

ஐதராபாத் இலக்கிய விழா 2010
டிசம்பர், 10 -12

சாகித்ய அகாதமி, அலியேன்ஸ் பிராங்கைஸ், கதே - ஜென்ட்ரம், ஆந்திர அரசு - சுற்றுலாத்துறை, யு.எஸ். கான்சுலேட் போன்ற எட்டு நிறுவனங்களின் ஆதரவோடு மியூஸ் இந்தியா இணைய இதழ் மற்றும் உஸ்மானியா பல்கலைக் கழகப் பன்னாட்டு நிகழ்வுகள் மையம் ஆகியன இணைந்து ஐதராபாத்தில் டிசம்பர் 10, 11, 12 ஆகிய தேதிகளில் ஐதராபாத் இலக்கிய விழா - 2010-ஐ நடத்தின. இந்தியா முழுவதுமிருந்து இந்திய ஆங்கில எழுத்தாளர்களும், பிராந்திய மொழிப் படைப்பாளிகளும் அழைக்கப்பட்டிருந்தனர். அவர்களில் தொண்ணூறு விழுக்காடு கவிஞர்கள்.

தமிழிலிருந்து அசதா, பழனிவேள், அஜயன்பாலாவோடு செல்லும் வாய்ப்பு எனக்கும் அமைந்தது. மியூஸ் இந்தியா தமிழ்ப்பிரிவு ஆசிரியரான பிரம்மராஜன் பழனிவேள், அசதாவோடு என்னையும் பரிந்துரைத்திருந்தார். மீனா கந்தசாமி அஜயன் பாலாவை சிபாரிசு செய்திருந்தார். பிரம்மராஜன் இவ்விழாவிற்கு வருவதாக இருந்து கடைசி நேரத்தில் வரமுடியாமல் போய்விட்டது.

தமிழில் இவர்களைவிடச் சிறந்த கவிஞர்கள் இல்லையா? அஜயன்பாலா கவிஞரா போன்ற கேள்விகளையெல்லாம் மீறி நாங்கள் சென்று திரும்பிவிட்டோம். இதன் மூலம் நாங்கள் பெற்றது இந்திய அளவிலான ஒரு இலக்கிய விழாவிற்குச் சென்று திரும்பிய ஒரு புதிய அனுபவத்தை மட்டுமே.

10.12.2010 அன்று காலை 9.30 மணிக்கு இந்நிகழ்வின் தொடக்க விழா கிரீன்பார்க் ஓட்டலில் நடைபெற்றது. இமாச்சல பிரதேசம் மற்றும் கர்நாடக மாநிலங்களின் முன்னாள் ஆளுநர் ரமாதேவி குத்துவிளக்கேற்றித் தொடக்க உரையாற்றி விழாவைத் தொடங்கி வைத்தார். உஸ்மானிய பல்கலைக் கழகத்தின் இயக்குநர் பேராசிரியர் விஜயஸ்ரீ அனைவரையும் வரவேற்க, மியூஸ் இந்தியாவின் நிர்வாக ஆசிரியர் ஜி.எஸ்.பி. ராவ் விழாவை ஒருங்கிணைத்தார். இவ்விழாவின் கனவை நனவாக்கியத்

திறமும் இவருடையதே. இவருடைய நிர்வாகத்திறன் மூன்று நாட்களிலும் வெளிப்பட்டுக் கொண்டேயிருந்தது.

இவ்விழாவில் கலந்து கொண்ட படைப்பாளிகளின் படைப்புகள் அடங்கிய தொகுப்பு ஒன்று இத்தொடக்க விழாவின் முக்கிய நிகழ்வாக வெளியிடப்பட்டது. படைப்புத் திறனைக் கொண் டாடுதல் என்று தலைப்பிட்ட அத்தொகை நூலில் பெரும்பாலும் கலந்து கொண்ட இந்திய ஆங்கிலக் கவிஞர்களின் ஆங்கிலக் கவிதைகளும், பிராந்திய மொழிக்கவிஞர்களின் ஆங்கில மொழிபெயர்ப்புக் கவிதைகளும் இடம்பெற்றிருந்தன. ஒரு சிலரின் சிறுகதை மற்றும் நாடகங்களும் இதில் வெளியா கியுள்ளன. தமிழில் அசதாவின் கவிதை மாத்திரமே இடம் பெற்றுள்ளன. கவனமின்மை காரணமாக இந்நூல் தொகுக்கப் படும் முன்பு பழனிவேள், அஜயன் மற்றும் என்னுடைய கவிதைகள் அனுப்பப்படாமையினால் இதில் இடம் பெறாமல் போய்விட்டது. இதைப் பெரிய ஏமாற்றத்துடன் எதிர்கொண் டோம். தவிர இது ஒரு பாடமும் கூட. அவர்களால் அளிக்கப்பட்ட நினைவுப் பரிசைக் காட்டிலும் நிலைத்த, உண்மையான நினைவுப் பொருள் இந்நூல்தான்.

இத்தொடக்க விழாவின் மற்றொரு முக்கிய நிகழ்வு இந்திய ஆங்கில மூத்தக்கவிகள், ஷிவ்.கே.குமார், கேகி என் தாருவாலா மற்றும் மூத்த மலையாளக் கவிஞர் கே. சச்சிதானந்தன் ஆகியோரை கௌரவப்படுத்தும் வகையில் சிறப்பு செய்ததாகும். ஷிவ். கே.குமார் மற்றும் தாருவாலா இருவரும் தத்தம் கவிதைகள் சிலவற்றை வாசித்தார்கள். அந்தக் காலைப்பொழுதில் புரிந்து கொள்ள முடியாத மொழிப்பிரச்சனையை மீறி அவர்களின் வெளிப்பாட்டின் வித்யாசமான தொனி கவருவதாகவே இருந்தது.

இதைத் தொடர்ந்து கே.சச்சிதானந்தனின் தலைமையில் படைப் புத்திறனைக் கொண்டாடுதல் என்ற தலைப்பில் நாட்டியக் கலைஞர் ஆனந்த சங்கர், இளம் திரைப்பட இயக்குநர் மோகன் கிருஷ்ணா இந்திராகாந்தி மற்றும் நாவலாசிரியர் வம்சி ஜூலூரி ஆகியோருடன் ஒரு கலந்துரையாடல் நிகழ்ச்சி நடைபெற்றது. மற்றத் துறைகளைவிட எழுத்தில், கவிதையில் படைப்புத்திறனின் தனித்தன்மை குறித்து சச்சிதானந்தன் ஆழமான கருத்துக்களை எடுத்து வைத்தார். அடுத்து மைதிலி

மொழிக் கவிஞர் உதய நாராயண சிங்கின் (இவரது கவிதை நூல் ''முன்னிலை ஒருமை'' என்ற பெயரில் சி. மணியால் மொழிபெயர்க்கப்பட்டு ஏற்கனவே தமிழில் வெளிவந்துள்ளது) தலைமையில் கவிஞர்கள் கே. சச்சிதானந்தன் மற்றும் இந்திய ஆங்கிலக் கவிஞர்கள் மாமங்டை, சாந்தா ஆச்சார்யா, சுகிர்த பால்குமார் ஆகியோர் தத்தம் கவிதைகளை வாசித்தனர். பொதுவாகவே அவர்களின் ஆங்கில நுனிநாக்கு உச்சரிப்பு சற்று அந்நியப்படுத்தவே செய்தது. அதுமட்டுமின்றி சீரிய கவிதைகளைத் தமிழில் வாசித்துகேட்டாலே பின்பற்ற முடியாது தவிக்கும் நான் ஆங்கிலத்தின் மூலம் வாசிக்கக் கேட்டபோது ஆங்கில மொழியறிவின் போதாமைக் குறித்த தாழ்வுணர்வில் சிக்க நேர்ந்தது.

இந்நிகழ்வுக்குப் பின் ஐதராபாத் பிரியாணியுடன் கூடிய நல்ல மதிய உணவு பரிமாறப்பட்டது. பின் தொடங்கிய பிற்பகல் நிகழ்வில் பிராந்திய மொழிக் கவிஞர்களின் கவிதை வாசிப்பு நிகழ்ந்தது. கவிஞர் சுகிர்த பால் குமார் தலைமையில் குஜராத்தி கவிஞர் தலீர் ஜாவாரி உதயநாராயண சிங், மராத்திக் கவிஞர் ஹேமந்த் திவேத், மலையாளக் கவிஞர் டி.பி. ராஜீவன் ஆகியோரின் கவிதைகள் தத்தம் மொழிகளிலும் ஆங்கிலத்திலுமாக அரங்கமானது. இந்நிகழ்வுக்குப்பின் நாங்கள் ஐதராபாத்தில் வசிக்கும் மொழிப்பெயர்ப்பாளர் சாந்தா தத்தை சந்திக்கச் சென்றோம். தெலுங்கானா கவிதைகள் தொடங்கி இன்று சாகித்ய அகாதமிக்காக என தெலுங்கிலிருந்து தமிழுக்கு அவர் செய்துவரும் மொழிப்பெயர்ப்புப் பணிகள் ஏராளம். இரண்டு மணி நேரத்துக்கும் மேலாக அவரோடு பேசிக்கொண்டிருந்தோம். தமிழ்நாட்டுக்கு வெளியே வசிக்கும் தமிழர்களுக்கே உரிய வெகுஜன நிகழ்வுகள் - தகவல்கள் மீதான ஆர்வம் இவரிடமும் இருந்ததை கவனித்தேன். பேச்சு மொழிபெயர்ப்பு நோக்கித் திரும்பியபோது தமிழில் இருந்து தெலுங்கு மொழிக்கு மொழிபெயர்க்க ஆந்திராவில் ஒருவருமே இல்லை என அவர்கூறிய செய்தி ஆச்சரியத்தை மட்டுமல்ல அதிர்ச்சியையும் அளித்தது. பிறமொழிகளிலிருந்து படைப்புகளைத் தமிழுக்குக் கொண்டுவரும் நம் ஆர்வம், தமிழ்ப்படைப்புகளைப் பொருட்படுத்தி பிறமொழியினருக்கு மொழிபெயர்த்துக் கொள்ளுவதில் இல்லை என்றே கூறலாம். இதனால் உடனடி இழப்பு என

எதுவும் நமக்கு இல்லைதான். சென்றிடுவீர் எட்டு திக்கும் கலைச்செல்வங்கள் யாவும் கொணர்ந்திங்கு சேர்ப்பீர் என அவர்தம் மொழிகளின் மகாகவிகள் யாரேனும் சொல்லியிருந்தால்தான் கேட்பார்களோ என்னவோ? ஓய்வு பெற வேண்டிய வயதிலும் தீவிரமான மொழிபெயர்ப்பில் ஈடுபட்டு வரும் சாந்தா தத்துக்கு விரைவில் மொழிப்பெயர்ப்புக்கான சாகித்ய அகாதமி விருது கிடைக்கட்டும் என வாழ்த்தித் திரும்பினோம்.

இரண்டாம் நாள் நிகழ்வு (11.12.2010) உஸ்மானிய பல்கலைக்கழக பன்னாட்டு நிகழ்வு மையத்தில் நடைபெற்றது. இப்பல்கலையை ஒட்டியப் பகுதிகளில் தெலுங்கானா பிரச்சனையை ஆதரித்து எழுந்த கோஷங்களைக் கேட்க முடிந்தது. ஒரு ஊர்வலத்தையும் சென்ற முதல் நாளே எதிர்கொண்டோம். உஸ்மானியா பல்கலைக்கழகத்துக்குட்பட்ட கல்லூரி மாணவர்கள் இப்போராட் டத்தின் முதுகெலும்பு. நாம் சென்றது ஸ்ரீகிருஷ்ணா அறிக்கைக் கான காத்திருப்பு காலமானதால் அசம்பாவிதங்களை எதிர் கொள்ள தேவையிருக்கவில்லை.

முதல்நாள் போலின்றி இரண்டாம் நாளில் இந்திய ஆங்கிலக் கவிஞர்கள் மற்றும் பிராந்திய மொழிக் கவிஞர்களுக்கென தனித்தனியே அரங்குகள் பிரிக்கப்பட்டிருந்தன. அதனால் இயற் கையாகவே இந்திய ஆங்கிலக் கவிதைகளின் பக்கம் நாங்கள் செல்ல வேண்டிய அவசியமில்லாமல் போய்விட்டது. இந்தி, அஸ்ஸாமி, வங்காளம், ஒரியா மொழிகளுக்கு ஒரு அமர்வும், குஜராத்தி, கன்னடம் மொழிகளுக்கு ஒரு அமர்வும், தெலுங்குக்கு மட்டும் தனி அமர்வும் எனவும் பிரிக்கப்பட்டிருந்தது. அதிகபட்சமாகக் குஜராத்திக் கவிஞர்கள் ஐவர் வருகை தந்தி ருந்தனர். எனில் கன்னடத்திலிருந்து ஒரு அம்மையார் (ஹேமா பட்டன் ஷெட்டி) மட்டுமே வந்திருந்தார். அவரும் கவிஞரல்லர். நாடகத்துறையைச் சேர்ந்தவர். அவர் இலக்கிய விஷயங்களை விடவும் பிற விஷயங்களை ஆர்வத்தோடு பேசிக் கொண்டேயிருந்தார். நாங்கள் ரயில் ஏறும் வரை அவர் குரலிலிருந்து தப்பிக்க முடியவில்லை. குஜராத் கவிஞர்களில் உணர்ச்சிவயப்பட்டு கவிதைகளை வாசித்த (தலித்) கவிஞர் நீரவ் பட்டேல் நிறைவு விழாவில் குறிப்பிட்டுச் சொல்லும்படியான கவனத்தைப் பெற்றார். அடுத்து நிகழ்ந்த தெலுங்கு மொழி

அமர்வுக்கு நான் செல்லவில்லை. ஒருவிதமான அலுப்புதான். அத்துடன் அவ்வமர்வில் கவிஞர்களோடு எழுத்தாளர்களும் தம் கதை நாவல்பகுதிகளை வாசிக்க இருந்தனர். தவிர மாலை நடைபெற இருந்த கலை நிகழ்வுக்குச் செல்ல உடல்ரீதியாக தயாராக வேண்டியிருந்தது.

அன்று மாலை கோல்கொண்டா குதூப்ஷாயி சுல்தான்களின் பிரம்மாண்ட நினைவிடங்களின் பின்னணியில் பலவித வண்ண விளக்குகள் ஒளிர்ந்த மேடையில் முகம்மது அலி பெய்க் என்பவர் தம்முடைய குழுவினருடன் கவிதைகள் வாசிக்கவும், கவாலி பாடல்கள் இசைக்கவும் செய்தார். அதற்கு முன்பு விருந்தினர்களை உற்சாகப்படுத்தும் வண்ணம், பானங்கள் வழங்கப்பட்டிருந்ததால் இவ்வரங்கில் "வாவ் வாவ்", "பௌத் அச்சா பௌத் அச்சா" போன்றவை எதிரொலித்துக் கொண்டிருந்தன. அதில் ஒன்ற முடியாமல் நானும் அசதாவும் இருளில் மூழ்கிக் கிடந்த சமாதிகளை (தாஜ்மஹால் போன்ற பிரம்மாண்ட தோற்றம்) சுற்றிப்பார்த்துத் திரும்பிய போது சுடச்சுடப் பரிமாறப்பட்ட மட்டன் பிரியாணி முன்னிரவு குளிருக்கு மிகுப் பொருத்தமாக இருந்தது. ருசித்து கொண்டாட்டம் முடிந்து உறைவிடம் திரும்ப நள்ளிரவு ஆகிவிட்டது.

மூன்றாம் நாள் (12.12.2010) முதலில் மராத்திய, ஹிந்தி, உருது மொழிகளுக்கான அமர்வு நடைபெற்றது. அடுத்த அமர்வு மலையாள, தமிழ் மொழிகளுக்கானது என்பதால் அதிலும் கவிதைகளை ஆங்கிலத்தில் வாசிக்க வேண்டியிருந்ததால் ஒரு வித பயிற்சி கொள்ளும் நேரமாகிவிட்டது அது. அதற்கிணையான நேரத்தில் ஹைகூ அரங்கு ஒன்று நடைபெற்றதால் அங்கும் தலைகாட்ட வேண்டியிருந்தது. அங்கு வாசிப்புக்கு மாற்றாக பெரிய எழுத்துக்களில் அச்சடித்த ஹைகூ கவிதைகளைர் காண்பித்து பார்வையாளர்களே வாசித்துக் கொள்ளும் விதமாக செய்தது புதுமையானதகாவும் பொருத்தமாகவும் அமைந்தது.

காலை 11.30 மணிக்குத் தமிழ், மலையாளக் கவிஞர்களின் கவிதை வாசிப்பு நிகழ்ந்தது. மலையாளக் கவிஞர் டி.பி. ராஜீவன் தலைமையேற்றார். பார்வையாளர் வரிசையில் கே. சச்சிதானந்தன் அமர்ந்திருந்தது ஒருவித கௌரவமாகவே எனக்குப்பட்டது. டி.பி.ராஜீவன் தலைமை தாங்கினாலும்

அதுவரையில் எங்களிடம் எங்களைப் பற்றிய அறிமுகக் குறிப்பு எதையும் கேட்டிருக்கவில்லை. அஜயன்பாலா எங்களது தலா மூன்று கவிதைகளைச் சிறு புத்தகவடிவில் தயாரித்து வந்து அங்கு விநியோகித்தார். அதிலும்கூட அறிமுகக் குறிப்பு இடம்பெறாமலிருந்ததால் அவரவர்களைப் பற்றிய அறிமுகத்தை அவரவராகவே வாசிக்க நேர்ந்தது. நான் என்னிடமிருந்த குறிப்பை ராஜீவனிடம் அளித்ததால் அதை மட்டும் அவர் வாசித்தார். மலையாளத்திலிருந்து கல்பட்றா நாராயணன், ஓ.பி. சுரேஷ் ஆகியோர் கவிதை வாசித்தனர். தமிழிலிருந்து நாங்கள் நால்வர். தலா மூன்று கவிதைகளில் ஒரு கவிதை மட்டும் அவரவர் தாய்மொழியிலும் பிற இரண்டை மொழிபெயர்ப்பிலுமாக வாசித் தோம். தமிழில் வாசிக்கும் போதைய இயல்பு ஆங்கிலத்தில் வாசிக்கும்போது பதற்றமாக மாறிவிடுகிறது. கவிதை வாசிப் புக்குப் பின் கே. சச்சிதானந்தனுடன் புகைப்படம் எடுத்துக் கொண்டபோது தமிழ்க் கவிதைகள் நன்றாக இருந்ததாக அவர் பகிர்ந்துகொண்டார். அவரோடு மேலும் உரையாட மொழி ஒரு பிரச்சனையாக இருந்ததை இப்போதுவரை உணர்கிறேன்.

பின்பு விடைபெறும் நிகழ்ச்சியில் ஜி.எஸ்.பி. ராவ் உடன் துணையிருந்த அனைவரையும் நன்றியுடன் நினைவுகூர்ந்து நினைவுப் பரிசுகளும் வழங்கிட மதிய உணவுடன் நிகழ்வு நிறைவுற்றது.

இதை எழுதும் இவ்வேளையில் அவ்விழாவை அசைபோடும் போது சில விஷயங்கள்- வினாக்கள் நினைவில் எழுகின்றன.

1. எங்களைத் தவிர இவ்விழாவிற்கு செல்லும் பொருத்த முடையவர் வேறு எவராக இருந்திருக்கக்கூடும்?
(ஆங்கிலம் அறிந்த கூடுதல் தகுதியுடன்)

2. இந்திய அளவில் புகழ்ப்பெற்ற கவிஞர்கள் ஏன் தமிழில் இல்லை?

3. தமிழ்நாட்டில் இத்தகைய ஒரு விழாவை நடத்தும் சாத்தியமாவது உண்டா?

4. குறைந்த பட்சம் தென்னிந்திய மொழிகளிலுள்ள நவீன கவிஞர்களின் அறிமுகமாவது சாத்தியமா?
(படைப்பு ரீதியாகவும்)

5. இந்திய ஆங்கிலக் கவிஞர்களிடையே ஒதுக்கப்பட்டவர்கள்போல விலகித் தெரியும் பிராந்தியமொழிக் கவிஞர்களின் இருப்பை எவ்வாறு வர்ணிப்பது?

(புது எழுத்து 19, 2011)

தமிழ்க் கவிதை தேங்கிவிட்டதா?

உயிர்மை: சமகால தமிழ்க் கவிதை வடிவம், உள்ளடக்கம் இரண்டிலும் தேங்கிவிட்டது என்பது உண்மையா?

ஸ்ரீநேசன் பதில்: 1960களிலிருந்து தீவிரமான கவிதை இயக்கமாக இருந்து வந்த "புதுக்கவிதை" 2000-க்குப் பிறகு "நவீன கவிதை" யாக எவர் ஒருவரும் பிரகடனப்படுத்தாமலேயே மாற்றமடைந் துள்ளது. சமகால தமிழ்க் கவிதையை இன்று எழுதும் யாரும் புதுக்கவிதை என அழைப்பதில்லை. அத்தகைய புதுக்கவிதையின் நாற்பதாண்டு கால வரலாற்றுக்குப் பின்பு அதிலிருந்து வடிவம், உள்ளடக்கம் மட்டுமல்லாது, மொழி நடையிலும் வெகுவாக மாற்றமடைந்துள்ள நவீன கவிதை, புதுக்கவிதையில் ஏற்பட்ட தேக்கத்தை பல வகையிலும் போக்கியுள்ளது. இதை கவிதைத் துறையில் நுட்பமான கவனிப்புள்ள எவரும் உணர்வார்கள். இப்போதுதான் புதிய உத்வேகத்தோடு இயங்கத் தொடங்கியுள்ள இன்றைய நவீன கவிதையை அதற்குள் தேங்கிவிட்டதாக சந்தேகிப்பது சரியானதல்ல.

2000 ஆண்டு கால தமிழ்க் கவிதை வரலாற்றில் அகம் - புறம் என்றும், நீதி - அறம் என்றும், காவியம் என்றும், சமண, பௌத்த, சைவ, வைணவ, இஸ்லாமிய, கிறித்தவ சமய இலக்கியம் என்றும், சிற்றிலக்கியம் என்றும், சித்தர் இலக்கியம் என்றும், தேசிய, சமூக, மொழி உணர்வு இலக்கியம் என்றும் வடிவ, பாடுபொருள் மாற்றங்கள் நூற்றுக்கணக்கான ஆண்டு இடைவெளிகளில் மட்டுமே நிகழ்ந்தபோது புதுக்கவிதை, நவீன கவிதையாக பரிணமித்திருப்பது கடந்த சில பத்தாண்டுகளில்தான். புதுக்கவிதையில் ஏற்பட்ட தேக்கத்தை போக்க வந்த சமீபத்திய வரவான நவீன கவிதையை தேங்கிவிட்டதாக கூறுவது ஏற்புடையதல்ல.

90களில் எழுத வந்து 2000திலிருந்து தொகுப்புகள் வெளி- யிட்ட இளம் தலைமுறை கவிஞர்கள்தாம் புதுக்கவிதையை நவீன கவிதையாக மாற்றம் செய்தவர்கள். அவர்களுக்கு அத்தகையதான உந்துதலைத் தந்தவை என பிரம்மராஜனின் மீட்சி இதழ்களையும், அவரால் தொகுத்தளிக்கப்பட்ட உலகக்

கவிதை தொகுப்பையும் பிரதானமாகக் கூறலாம். ஆத்மாநாம் மற்றும் நகுலன் கவிதைகளுக்கும் இதில் பெரும்பங்குண்டு.

புதுக் கவிதையில் பயன்படுத்தப்பட்ட உவமை போன்ற மர பான அணிகளையும், மேலை நாட்டு உத்திகளான படிமம் குறியீடு போன்றவற்றையும் தவிர்த்து எதிர்க்கவிதை என்பதான உரைநடை தன்மைமிக்க கவிதைகளையும் இவர்கள் எழுதத் தொடங்கினார்கள். அத்தகையோரில் முக்கியமானவர்களாக யவனிகா ஸ்ரீராம், சங்கரராமசுப்ரமணியன், கண்டராதித்தன், ராணிதிலக், ஸ்ரீநேசன் (வேறு வழியில்லை), லக்ஷ்மி மணி வண்ணன், பாலைநிலவன், கரிகாலன், அய்யப்ப மாதவன், மாலதி மைத்ரி போன்றோரைக் குறிப்பிடலாம். இவர்களால் எழுதப்பட்ட நவீன கவிதைகள், உலகக் கவிதைகளின் தரத்துக்கு சற்றும் குறைந்தவை கிடையாது.

இதே காலகட்டத்தில் சமூக விமர்சன பார்வை கொண்ட தலித் அரசியல் கவிதைகளும், பெண்ணிய கவிதைகளும் சிலரால் எழுதப்பட்டன. இவை புதுக்கவிதை காலகட்டத்தில் இடதுசாரி அரசியல் பார்வை கொண்டோர் எழுதிய சோசலிச கவிதைகளுக்கு மாற்றாக இன்று தோன்றியவையாகக் கருத லாம். இக்கவிதைகள், சூழலில் ஒரு அதிர்ச்சி மதிப்பீட்டை ஏற்படுத்துவனவாகவும், அதன் கலகத் தன்மையை முன்னிட்டு பலரால் பேசப்படுவனவாகவும் இருந்தன. இத்தகைய கவிதைகளே இன்று தேக்கம் கொண்டுவிட்டவையாக கூறலாம். மேலும் புதுக்கவிதை காலகட்டத்தில் தனிமனித, சமூகக் கவிதைகள் என்கிற பேதம் முக்கியமானதாகத் திகழ்ந்தது. இன்று இந்த பேதமில்லாத கவிதைகளாக நவீன கவிதைகள் திகழ்கின்றன. இருண்மையைக் கலைந்து வெளிப்படையான திறந்த நிலைக் கவிதைகளை முன்னிலைப் படுத்தியதைப் போன்றே உள்ளொளியைக் கடந்து சமூகவெளிக்கும் இட்டு வந்தவையாக நவீன கவிதைகள் அமைந்துள்ளன. இனியும் சமூகத்தைப் பற்றிப் பேசி அதன் மூலம் சமூக அந்தஸ்தையும் அதிகார பீடத்தையும் எவர் ஒருவரும் கைப்பற்ற வழியில்லை என்ற நிலை உருவாகியுள்ளது.

தவிர ஒட்டுமொத்த சிற்றிலக்கிய சூழலுமே ஒரு தேக்கநிலையை அடைந்துவிட்டதான ஒரு சோர்வு நிலை கடந்த இரண்டு மூன்று

ஆண்டுகளாக நிலவுவதைக் கூறத்தான் வேண்டும். அவ்வாறு உணரப்படுவதற்கான காரணங்களாக சிலவற்றைச் சொல்லலாம்.

1. தற்கால தமிழ் இலக்கியத்துக்கு உண்மையான பங்களிப்பை செய்துவரும், சிற்றிதழ் சார்ந்து இயங்கும் படைப்பாளிகளைப் புறக்கணித்து நடந்த செம்மொழி மாநாடு. இம்மாநாடு தமிழில் தீவிரமாக செயல்படும் சிற்றிதழ் சார்ந்த படைப்பாளிகளின் மீது நிகழ்த்தப்பட்ட இன்னொரு முள்ளிவாய்க்கால் படுகொலை என்றே கூறலாம்.

2. சிற்றிதழ் அடையாளத்திலிருந்தும் அதன் நோக்கத் திலிருந்தும் விலகி நடுநிலை ஏடுகளாக அவதாரம் எடுத்துள்ள – இரண்டாம்தர வாசகர்களை முதல்தர வாசகர்களாக காண்பித்தும், வணிக ஆர்வத்துடனும், அதிகார விழைவும் கொண்டு தொடங்கப்பட்ட – காலச்சுவடு, உயிர்மை, தீராநதி, உயர்எழுத்து போன்ற மாதாந்திர இதழ்களின் மூலம் ஏற்படுத்தப்பட்ட மையங்களில் இணைய முடியாது உதிரிகளாக்கப்பட்ட படைப்பாளிகளின் நிலை.

3. பிளாக் எழுத்தாளர்களின் பெருக்கம். வாசிப்புப் பின்புல அடிப்படை ஏதும் இல்லாத, தரப்படுத்தப்படாத, உடனடி பிரசுரம், உடனடிப் பாராட்டுகள் நிகழும் சூழல்.

ஆனால் இவற்றைக் குறித்தெல்லாம் பெரிதாக அலட்டிக் கொள்ளாமல் புதுஎழுத்து, மணல்வீடு, கல்குதிரை, நவீன விருட்சம், அடவி, பவளக்கொடி போன்ற சிற்றிதழ்கள் தொடர்ந்து வந்து கொண்டிப்பதும் கொம்பு, வலசை, 361டிகிரி போன்ற மேலும் மேலும் புதிய சிற்றிதழ்கள் வரத்தொடங்கி-யிருப்பதும், இளங்கோகிருஷ்ணன், வெய்யில், இசை, சபரிநாதன், ஸ்ரீசங்கர், ஜீவன்பென்னி, நரன், நீலகண்டன், பாம்பாட்டிச் சித்தன், சாகிப்கிரான், பயணி, ஊர்சுலா ராகவ், தூரன்குணா என அடுத்தத் தலைமுறை கவிஞர்கள் பிரவாகம் எடுத்திருப்பதையும் பார்க்கும் போது சமகால தமிழ்க் கவிதை புதிய உச்சங்களைத் தொடப்போகிற சாத்தியம் உறுதிப்படுகிறது.

(உயர்மை 100 இதழில் வெளிவந்ததன் மூலப்பிரதி)

எளிய ஆனால் சலனமூட்டும் கவித்துவம்

(ஜி.எஸ். தயாளனின்
'சுவர் முழுக்க எறும்புகள் பரபரக்கின்றன')

ஈர்ப்பானதும் நீளமானதுமாக தலைப்பிடப்பட்டு வெளிவந்துள்ள இத்தொகுப்பில் 1991-2002 வரையிலாக எழுதப்பட்ட நாற்பதுக்கும் குறைவான கவிதைகள் இடம்பெற்றுள்ளன. சமீபகாலமாக இளங்கவிஞர்களின் நீண்ட காலமாக எழுதப்பட்ட கவிதைகளின் தொகுப்பு பல வெளிவந்துள்ளன. குறிப்பில் கூறியவாறு தொலைந்தவற்றின் மிச்சமான இவை எழுதி சராசரியாக ஆண்டுக்கு மூன்று என்ற வீதத்தில் உள்ளன. காண்கிற எல்லாவற்றையும் கவிதையாக்கிவிடும் அவசரமற்ற எளிய ஆழமான அனுபவங்களே இத்தொகுப்பில் இடம்பெற்றுள்ளன.

தேர்ந்தெடுத்த விஷயத்தை முன்னிறுத்தாத, இயல்பாக அடையப் பெற்ற கவித்துவ அனுபவங்கள் என்பதால் வாசகனுக்கு அந்தரங்கமாக நெருக்கமாகின்றன. நகுலனின் சாயலை இவர் கவிதைகள் நினைவுப்படுத்துவதான அட்டைப் பின் குறிப்பின் படி,

> குழந்தை
> ஊருக்குப் போயிருப்பதால் வெறிச்சோடி கிடக்கிறது
> வீடா... மனசா...

என்ற கவிதை,

> குழந்தை
> ஊருக்குப் போயிருப்பதால்
> எல்லாம்
> வெறிச்சோடிக் கிடக்கிறது

என்பதாய் அமைந்திருக்க வேண்டியது பற்றி யோசிக்கச் செய்கிறது.

மழையில் மலை மறையும் மாயம் கூறல் (மழை), கடிதத்தில் அடித்து எழுதிய வரியை அறியும் முக்கியத்துவம் (பாபுக்கு எழுதியவற்றிலிருந்து), அப்பாவின் சாயலை பல தருணங்களில் உணரும் கவனிப்பு (அப்பாவுக்கு மரணமில்லை), காதலிக்கு

ஈடாக உலகமே சமனாகாத 'உணர்ச்சி நிலை (நீ மட்டும்), துக்கத்தை ஆற்றும் தூக்கம், சிறிய காற்றுக்கும் மனம் அதிரும் மென்மை, வலக்கையால் பீக்கழுவும் கலக எதிர்வினை, களத்துச் சுவரோரம் குப்பிச்சில்லு பீநாறி செடியிடையே சொறி நாய் சுமக்கும் சொள்ளமாட சாமியின் தரிசனம், வயலை விற்ற இரவின் துயரம் தோய்ந்த பதிவு (வயலை விற்ற இரவு), நடக்காத ஆனால் நடந்திடுமோ என எண்ணிவிடும் அந்த மனம் (சுற்று) என அன்றாட வாழ்வினூடாகப் பெறக் கிடைக்கும் தனித்துவ அனுபவங்கள் இத்தொகுப்பில் எளிமையாக ஆனால் சலனமூட்டும் கவித்துவத்தோடு பதிவாகி உள்ளன.

(புது எழுத்து 7, 2003)

பழகிக் கிடந்த கவிதைகள்
(ரவி உதயனின் 'பழகிக் கிடந்த நதி')

கலாப்ரியாவின் முன்னுரையும் கல்யாண்ஜியின் பின்னுரையும் என பாதுகாப்புக் கவசத்துடன் வெளிவந்துள்ளது தொகுப்பு. அங்கீகாரம் பெற்ற கவிஞர்களின் மிகையான பாராட்டுக்களைப் பல இளங்கவிஞர்கள் தமக்குக் கிடைக்கும் கௌரவமாகக் கருதுவதால் நிகழ்வது போலும் இது. அத்துடன் நவீன அச்சாக்க வசதிகளுடன் பதிக்கப் பெறும் புத்தகங்கள் தம் தோற்றத்துக்கு நிகராக விளங்காத உள்ளடக்கத்தைக் கொண்டுள்ளதற்கும் இந்நூல் உதாரணமாகிறது.

ஒரே மூச்சில் எழுதப்பட்டவை போன்று சிறு சிறு துணுக்குக் காட்சிகள், மனநிலைகள் கவிதைகளாகப்பட்டுள்ளன. மொழி பெயர்ப்புக் கவிதைகளும் தொகுப்புகளும் பெருவாரியாகக் கிடைக்கும் இன்றைய சிறுபத்திரிகை சூழலில் அதற்கு ஈடாகமுடியாத பலவீனமான வணிக இதழ் கவிதைகளின் தன்மையை இக்கவிதைகள் பெற்றுள்ளன.

பேரனுபவத்தின் ஆழத்தைப் பற்றிய கவனமில்லாத மேல் மட்ட சிற்றலைகளின் நளினத்தை மட்டுமே இவை முன்னி றுத்துகின்றன. அவற்றில் விடுதி, அரையிரவு, இளைப்பாறுதல், பேசும் அறை வித்தியாசமானவை. பிற, பழகிப்போன கவிதை களின் கூறுமுறையால் அலுப்பூட்டுகின்றன. இதமான வார்த்தை களில்லை என்னிடம் இனி – எழுதத் தொடங்குகிறேன்' என்ற தொகுப்பின் கடைசி கவிதையின் கூறுமுறையால் இப்பிரகடனத்தை நடைமுறைப்படுத்த வேண்டும் இவர். ஏனெனில் அதன் மென்மையின் மூலம் இத்தொகுப்பில் தோன்றியிருக்கும் பலவீனம் தவிர்க்கப்படலாம்.

(புது எழுத்து 7, 2003)

தனித்துவமற்ற வழமை

(ராஜூ சிவசுப்பிரமணியனின் 'நீர் வண்ணச் சிற்பங்கள்')

'பாசாங்கின்றி சொல்லவேண்டுமாயின் பட்டாம்பூச்சி பார்த்து நாளாயிற்று' இந்த வாக்கியம் தொகுப்பின் முன்னுரையில் ஆசிரியரால் எழுதப்பட்டுள்ளது. பட்டாம்பூச்சி பார்ப்பதும் அதன் உணர்ச்சி நிலையில் கவிதைகள் எழுதுவதும் இன்று பாசாங்குக்கு அருகில் வந்துவிடக்கூடியதுதான்.

சற்றே விலகிய தனிமையும், அழகியலும் கிராம, நகர நாகரீக விமர்சன கவனிப்பும், மென்மையை முன்னிறுத்தும் மொழிப் பிரயோகமும் கொண்ட கவிதைகள் இவை. தீவிர வாசிப்பின் வழியாக நவீன கவிதைகளின் சொல்லாடல்களுக்குள் வந்து சேர்ந்த ஒருவருக்கு இத்தொகுப்பில் பொருட்படுத்த வேண்டி யவை குறைவாகவே இருக்கும். கவிஞரின் தனித்துவம் என எதுவும் கண்டறிய முடியாத கவிதைகளின் வழமையான குணாம்சத்தை இவை பெற்றுள்ளன.

'துண்டுகளாக்கி... ஏற்றி அடுக்குவதற்கு முன்பாக அதன் நிழலில்தான் நிறுத்தப்பட்டிருந்தது லாரி' என்ற 'மரம்' கவிதையும், வழி தப்பி வந்தே... குப்பைத் தொட்டிகள் சுற்றி அலைகிறது நகரத்தில் பட்டாம்பூச்சி கொடிய பசியோடு என்ற கவிதையும் இத்தொகுப்பின் கவிதைளுக்கு சோற்றுப் பதங்கள்.

(புது எழுத்து 7, 2003)

அடுக்கப்பட்ட கவிதைகள்

(ராஜா சந்திரசேகரின்
'ஒற்றைக் கனவும் அதை விடாத நானும்')

மூத்தக்கவிஞர்களின் ஒட்டு மொத்தக் கவிதைகளின் தொகுப்புக்கு நிகராக இத்தொகுப்பு எண்ணிக்கையிலும் தோற்றத்திலும் கனத்துக் காட்சியளிக்கிறது. நீள நீளமாக காட்சிகளை, எண் ணங்களை அடுக்கிக் கூறும் விவரணைத் தன்மையோடு இரண்டு பக்கங்களில் எழுதப்பட்டுள்ளன பெரும்பாலான கவிதைகள். ஒரு பக்கக் கவிதைகளாக உள்ளனவும் இருபது வரிகளில் எழுதப்பட்டுள்ளன. மூன்று முதல் பதினைந்து வரிகளுக்குள் எழுதப்பட்டு, ஐம்பது அறுபது பக்கங்களுடன் வெளிவரும் தற்கால கவிதைத் தொகுப்புகளைப் பார்த்தே பழகிய நமக்கு இத்தொகுப்பு, தாகத்திற்கு நீர் கேட்க அண்டாவில் வழங்கப்பட்ட திகைப்பேற்படுத்துகிறது.

ஆழ்ந்த அனுபவத்தை, செறிவான மொழிநடையில் சுருங்கக் கூறுதலேசிறந்தகவிதையின்லட்சணம்என்போர்இக்கவிதைகளை மறுதலிக்கக்கூடும். ஆனால் கவிதைகளைப் பற்றி அறியாத அறி முக வாசகருக்கு இக் கவிதைகள் சில உணர்வுகளை வழங்கக் கூடும். காண்பதையெல்லாம் கவிதை போலாக்கிவிடும் தொழிற் திறமையே இவர் மதிப்பைக் குறைத்து விடுகிறது. சினிமாத் துறையோடு சம்பந்தப்பட்டுவிட்டாலேயே இந்நோய் தொற்றிக் கொண்டு விடுகிறதோ என்னமோ? விமர்சகர் இந்தி ரனின் முன்னுரையும், வைரமுத்து முதல் தமிழவன் வரை நூல்களை பதிப்பிக்கும் சண்முகசுந்தரத்தின் ஆதரவும் இவரை மேலும் உற்சாகப்படுத்திவிடக்கூடும்.

குட்டிச் செய்தி: ஐம்பதுக்கும் மேற்பட்ட ஹைக்கு வடிவிலான குறுங்கவிதைகள், தொகுப்பின் கடைசி பக்கங்களில் இடம் பெற்றுள்ளன.

(புது எழுத்து 7, 2003)

ஆயிரம் தலைமுறைகள் தாண்டி

(குலசேகரன் கவிதைகள்)

தமிழ்க்கவிதை செய்யுள் தளையிலிருந்து மீண்டு புதுக் கவிதை யாகப் பரிணமித்த பின்பும் யாப்பு, அணி கூறுகளை முற்றும் களையாமலேயே இருந்தது. எதுகை, மோனை, சந்த ஓசை நயங்களையும் உவமை, உருவகம் போன்ற அணி அலங்காரங் களையும் அது தன்னகத்தே கொண்டிருந்தது. உள்ளடக்கத்தில் தனிமனித கவிதைகள், சமூக கவிதைகள் என பாகுபாடுகளைக் கொண்டும் படிமக்கவிதை, குறியீட்டுக்கவிதை என மேலைநாட்டு கவிதை அணிகளைக் கொண்டும் திகழ்ந்தது. சிற்சில சர்ரியலிச முயற்சிகளும் நடந்தன. பின்பு தலித், பெண்ணியம், பின் நவீனத்துவம் போன்ற கோட்பாட்டுக் கவிதைகளாகவும் தமிழ்க் கவிதை தொடர்ந்தது.

இன்று எழுதப்படும் நவீன கவிதைகளைக் கூர்ந்து நோக்குகையில் மேற்சொன்ன அணி அலங்கார, கோட்பாட்டு வகைகள் ஏன் கடந்த பத்தாண்டுகளில் எழுச்சிப் பெற்றிருந்ததாகத் தோற்றம் தந்த தலித்திய, பெண்ணிய கவிதைகளின் வரத்தும் வெகுவாக குறைந்துள்ளன. மாற்றாகப் புனைவு தன்மையிலான புதிதான அதிகற்பனைக் கூறுகளைக் கொண்ட கவிதைகள் இன்று கவனத்திற் குரியனவாக உள்ளன. குலசேகரனின் இத்தொகுப்புக் கவிதைகளையும் இந்த வகையிலான கவிதைகளோடுதான் இணைத்துக் கொள்ள வேண்டும்.

எழுபது கவிதைகளைக் கொண்ட இத்தொகுப்பு குலசேகரனின் இரண்டாவது தொகுப்பு. முதல் தொகுப்பு “ஒரு பிடி மண்”. ராமலிங்கம் கவிதைகளுடன் சேர்ந்து 1988இல் வெளியானது. முதல் தொகுப்புக் கவிதைகளுக்கும் இத்தொகுப்புக்கும் இடையே 20 ஆண்டுகள் இடைவெளி. முதல் தொகுப்புக் கவிதைகள் சிற்றிதழ்களோடு அதிகம் தொடர்புடையவை. இப்போதைய இத்தொகுப்புக் கவிதைகள் கடந்த ஐந்து ஆண்டுகளில் இன்றைய முக்கியமான சிறுபத்திரிக்கைகள் பெரும்பாலானவற்றில் பிரசுரம் கண்டவை. இவை இத்தொகுப்புக்கு முந்தைய செய்திகள்.

இத்தொகுப்பின் 70 கவிதைகளும் (ஒரு கவிதை தவிர்த்து) ஒரு பக்கத்திற்குள்ளான கவிதைகள். இன்று பெரும்பான்மை கவிதைகள் ஏதோ ஒரு வகையில் இவ்வாறு ஒரு பக்கத்திற்குள் அடங்கும் கவிதைகளாகவே வெளிவருகின்றன. குலசேகரனின் இக்கவிதைகள் குறிப்பிட்டுச் சொல்லும்படியாக அமைவதன் காரணம் அவை 18 வரிகள் முதல் 28 வரிகளுக்குள் மிகாத அளவுக் கட்டுப்பாடு அல்லது அமைப்பில் கவனம் கொண்டவையாக இருப்பதினால்தான். இது ஒருவித வார்ப்புத் தன்மையை கவிதைகளுக்குத் தந்துவிடுகின்றது. இக்கவிதைகளில் இடம் பெற்றிருக்கும் கிறான், கிறாள், கிறது, கின்றன போன்ற திணை, பால் சுட்டும் ஈற்றுகள் பெரும்பான்மையும் அதைக் கூடுதலாக்குகிறது. மேலும் இரண்டு அல்லது மூன்று சொற்கள் கொண்ட வரிகளும், இரண்டு அல்லது மூன்று வரிகள் கொண்ட சொற்றடராகவும். தவிர கவிதைகளின் தலைப்புகள் அனைத்தும் 2 சொற்கள் கொண்டவை. இவை கவிதைகளின் அமைப்பு சார்ந்த தகவல்கள்.

எழுபது கவிதைகளில் என்னைப் பெரிதும் கவர்ந்தவை 14 கவிதைகள். பெரும்பாலும் அக்கவிதைகளை மையமிட்டே இக்கட்டுரை அமைகிறது. பிற கவிதைகளும் ஒருவகையில் கூறப்படுவதில், தொனியில், பாடுபொருளில், அமைப்பில், இந்த 14 கவிதைகளோடு சார்புடையவை எனலாம்.

இக்கவிதைகளின் மொழி நடையைப் பொருத்தவரை பெரிய விவரணைத் தன்மையும் அதனூடாக அதிபுனைவு அம்சங் களையும் ஒருங்கே கொண்டவை. மொழியைப் பயன்படுத் துவதிலும் கையாள்வதிலும் ஒருவித தேர்ந்த ஓவியன் அல்லது சிற்பியின் திறம் வெளிப்பட்டுள்ளது. இது இன்றைய கவிஞர் களோடு ஒப்பிட்டுப் பார்க்கையில் அரிதான விஷயம் தான். அதோடு இக்கவிதைகளில் உள்ள எளிமையை முனைந்து உருவாக்கியுள்ளார் என எண்ணுகிறேன். ஏனெனில் இக்கவிதை கள் அவை வெளியான இதழ்களில் ஒருவித இறுக்கமானத் தன்மையைக் கொண்டிருந்ததாக ஞாபகம். அதைத் தளர்த்த உரைநடைத் தன்மையைத் தந்துள்ளார் எனத் தெரிகிறது. ஒரு கவிதை பிரசுரம் காணும் வரை ஏன்– கண்டபின்பும் அவை தொகுப்பாக தொகுக்கப்படும் வரைகூட திருத்தம்

செய்யப்படலாம் என்ற கருத்துடையவன் நான். இருந்தும் பிற்காலத்தில் எவரேனும் ஆய்வுநோக்கில் கண்டு பாடபேதத்தைச் சுட்டும்போது பெரிதாக உருமாற்றமடைந்திருக்கக்கூடாது எனவும் கருதுகிறேன்.

இக்கவிதைகளின் உள்ளமைப்பில் இடம்பெற்றுள்ள முக்கிய மான அம்சங்கள்:

1. கவிதைகள் அனைத்துமே விவரணைப் பாங்கைக் கொண்டு கதை கூறும் தொனியைக் கொண்டுள்ளன.
2. விவரணைகளின் ஊடாக செயல்படும் இயக்கம் (அ) நகர்வு.
3. அசேதனங்கள் சேதனமாதல் அல்லது உறைந்துள்ளவை உயிர்ப்பெறுதல்.
4. எதார்த்தமாக தொடங்கபெறும் கவிதைகளில் மிக இயல்பாக உருவாகும் மிகு புனைவுத்தன்மை.
5. கவிதைகளின் ஒரு பகுதி கற்பனையாதல் அல்லது முழு கவிதையுமே கற்பனையான தளத்தில் இயங்குதல்.

இவற்றில் முக்கியமாகக் குறிப்பிடக்கூடிய அம்சம் அதி புனைவு தன்மை. "இரண்டு பாதைகள்" என்ற கவிதையில் ரயில்வே கேட்டில் காத்திருக்கும் ஒருவன் தன்னை ரயிலில் ஒரு பிரயாணியாக காண்பதையும், "புத்தக மலை"யில் நோட்டுப்புத்தகங்கள் மலையாகவும், கில்லி, பம்பரம், போன்றவை உடைந்த எலும்புத் துண்டுகளாவதையும், "மூடிய கதவு"களில் அலமாரிக்குள் உள்ள பொருள்களினூடே நடந்து செல்லும் அவன் கால்களில் இடறும் பழைய நாட்குறிப்பில் அவளும் மற்றொருவனும் தழுவிய நிலையில் இருப்பதையும், ரோஜா மலர்வதையும் கல்யாளி ஒருவனுடைய வருகையால் உயிர் பெறுவதும் பின் அவனைக் கொல்வதும் உயிர்ப்பித்தலும், "குட்டிச் சிறகுகள்" என்ற கவிதையில் பாடப் புத்தகத்தில் குட்டிப் போடுமென வைக்கும் மயிலிறகு ஒன்று பின் புத்தகத்தின் நடுவே தோகை விரித்து நடனமாடுவதும், "சுய ஓவியம்" கவிதையில் மரத்திற்கு ஏதோ ஒரு வண்ணத்தை சிறுவன் பூச அது பச்சையாக மாறி வேகமாக வளர்ந்து படர்ந்து செல்வதும் என பல கவிதைகளிலும் இந்த ஃபேண்டஸி

அம்சம், கவிதையின் இயல்போடு இயல்பாக இரண்டறக் கலந்து புதுமையாகக் காட்சியளிக்கிறது. இத்தன்மையைத் தமிழ்க் கவிதைகளில் உருவாகியிருந்த சர்ரியலிசத்துக்கு மாற்றான புதிய அம்சமாகக் கூறலாம்.

இனி ஒரு முழு கவிதை. “காட்டின் கதை”

சிறுவனுக்கு ஒரு கதையைத்
தந்தை சொல்ல ஆரம்பித்தான்

என ஆரம்பிக்கிறது. இனி கவிதைக்குள் கூறப்படும் கதை தொடங்குகிறது.

ஒரு காடு இருந்தது
அது மிகவும் பெரிதானது

அடுத்தவரி,

காட்டிற்குள் சிறுவன் ஓடினான்

இச்சிறுவன் கவிதைக்குள் வரும் சிறுவனா அல்லது கவிதையில் கதைகேட்கும் சிறுவனே தாம் கேட்கும் கதைக்குள்ளே ஓடு கிறானா? என்ற வினாவை எழும்பச் செய்கிறது. கவிதையும் கதையும் தொடர்கின்றன.

பாறைகளும் கொடிகளும் அடர்ந்திருந்தன
அவற்றைத் தாண்டிப் போய்க் கொண்டிருந்தான்
அவனைப் பிடிக்கத் தந்தையும் சென்றான்

கதையைக் கேட்ட சிறுவன் மட்டுமில்லாமல், கதையைக் கூறும் தந்தையும் கதையின் கவிதையின் பாத்திரமாகும் விநோதம் உருவாகிறது. கதையின் விநோதம் கவிதையின் விநோதமாகவும் மாற்றமடைகிறது.

குன்று ஒன்று எதிர்ப்பட்டது
சிறுவன் ஒரே தாவில் மறுபுறம் குதித்தான்
பின்னாலேயே தந்தையும் வந்ததால்
கையைப் பிடித்துத் தாண்ட வைத்தான்
தந்தையால் நம்பவே முடியவில்லை

ஆமாம், சிறுவன் கூறிக்கொண்டுவரும் தந்தையால் அல்ல... கதையில் வரும் தந்தையால் கதையும் கவிதையும் வளர்கின்றன.

ஒரு நதி குறுக்கிட்டது
மகனும் தந்தையும் நிற்காமல்
நீரின் மேல் நடந்து கடந்தார்கள்
சிறுவன் வேகமாக, மரங்களின் மீது
பறந்து கொண்டிருந்தான்
தொடர்ந்து கொண்டிருந்தான் தந்தை

நீரின் மேல் நடத்தல், மரத்தின் மேல் பறத்தல் ஆகியவை கதையின் ஃபேன்டஸியாக மாத்திரமின்றிக் கவிதையின் ஃபேன்டஸியாகவும் மாறுகிறது. தவிர தந்தை தொடர்ந்து கொண்டிருப்பது கதையையா, மகனையா என்ற வினாவும் தோன்றுகிறது.

கடைசியாகக் குகையை அடைந்தார்கள்
அங்கு ஒரு புலி காத்துக் கொண்டிருந்தது
சிறுவன் அதனுடைய வரிகளை
இழுத்து விளையாடத் தொடங்கினான்

இதை புலியின் வரி என்பது மட்டுமின்றி, தந்தையால் கூறப்படும் கதையின் வரியாகவும் கவிதையைக் கூறிக் கொண்டுவரும் கவிதை சொல்லியின் வரியாகவும் நாம் காண்கிறோம்.

தந்தை பயந்தபடி
குகைக்கு வெளியிலேயே அமர்ந்து
தொடர்ந்து சொல்லிக் கொண்டிருந்தான்
மகன் தூக்கத்திலேயே உம் கொட்டிக் கொண்டிருந்தான்.

என இறுதியை அடைகிறது கவிதை. இதில் கவிதையே ஒரு கதையாகத் தொடங்குவதும், அக்கதைக்குள் சிறுவனுக்குத் தந்தை ஒரு கதை கூறுவதாகவும், தந்தை கூறும் கதைக்குள் தந்தையும் மகனுமே பாத்திரங்களாகி இயங்குவதும், இறுதியில் கதைக்குள் பாத்திரமாயிருந்த தந்தையும் சிறுவனும் கவிதைக்குள்ளே உள்ள கதையில் கதைகூறும் தந்தையாகவும் கதை கேட்கும் சிறுவனாகவும் மாறி இறுதியில் கதைக் கேட்டு உறங்கி 'உம்' கொட்டியது கதை கேட்ட சிறுவனா அல்லது கதைக்குள் காட்டில் பயணப்பட்ட சிறுவனா என திருப்பத்தையும் ஒரு சுழற்சியான குழப்பத்தையும் ஏற்படுத்தி கவிதை அனுபவமாகிறது.

இறுதியாக இத்தொகுப்பை வாசித்து முடித்துப் பிறிதொன்றாக விலக்கி வைத்து அதன் தன்மை குறித்து யோசிக்கையில்

முழு தொகுப்பும் ஒரு தொடர்புள்ள இயல்களைக் கொண்ட குறுங்காவியமாகத் தோற்றம் அளிக்கின்றது. ஏனெனில் இத் தொகுப்பின் பாடுபொருளின் பாகுபாட்டில் உருவாகியுள்ள உட்பிரிவுகளென இறந்த தாய் குறித்த நினைவுகள், இறக்கும் தறுவாயில் மரணத்தை எதிர்நோக்கியுள்ள தந்தை, அவன்(மனைவியாகக் கொள்ளலாம்) மனைவியல்லாத கற்ப னைப் பெண், சிறுவன் (மகனாகக் கொள்ளலாம்) ஆகியோரைக் குறித்துக் கவிதைகள் பல பகுதிகளாகப் பகுக்கும் வண்ணம் கலைந்தும் இணைந்தும் அமைந்துள்ளன.

இறந்த தாய்க்கும் கவிஞருக்குமான நினைவுகளும், மரணத் தறுவாயில் உள்ள தந்தைக்கும் கவிஞருக்குமான கடந்த, நிகழ்கால மன உணர்வுப் பதிவுகள், சிறுவனைச் சிறுவனாகவும் தானாகவும் கண்டு உருவான புனைவுலகம் மனைவி மற்றும் மனைவியில்லாத கற்பனையிலான பெண்ணுக்கும் கவிஞருக்கும் இடையிலான உறவில் ஏற்படும் விநோத கற்பனையும் நிஜமுமான பாலியல் உள்ளிட்ட மனப்பதிவுகள் போன்றவையும் இக்கவிதைகளில் நுணுக்கமாகவும், தனிமையும் வதையும் கலந்ததாகவும் படிமப் பிரயோகங்களுடன் குறிப்பிடத் தகுந்த கவிதைகளாக உருவாகி உள்ளன.

(புது எழுத்து 18, 2010)

கணத்தோற்றம்

(ரா. ஸ்ரீனிவாசன் கவிதைகள்)

1980இல் ஸ்ரீனிவாசனின் முதல் தொகுதி 'ரா. ஸ்ரீனிவாசன் கவிதைகள்' வெளிவந்த பின் 2001இல் 'கணத்தோற்றம்' இரண்டாம் தொகுப்பாக வெளிவந்துள்ளது. இடையிலுள்ள பத்தாண்டுகளில் அவர் எழுதியவை இதிலுள்ள 29 கவிதைகள். தொகுப்பை வாசித்து முடித்தவுடன் உணரக் கிடைப்பது முதல் தொகுதி தந்ததான நிறைவை இது அளிக்கவில்லை என்பதுதான். இதற்காகவே இப்போதும் ஒருமுறை முதல்தொகுதி வாசிக் கப்பட்டது. அதில் காணக்கிடைத்த ஸ்ரீனிவாசனின் கவித்துவ மொழியும், படிமங்களாக மாறிய பிரயோகங்களும் அற்று இத்தொகுதிப் பழகிப் போனதான அல்லது அதிகம் பயன் படுத்தப்பட்டதான கவியாக்க பாணியைக் கொண்டுள்ளது. புதிதான உணர்வுகளைக் கிளப்பாத விவரணைத்தனத்தைத் கொண்டுள்ளதாலும் சில ஞானக்கூத்தனின் எள்ளல் பார்வை யைப் பெற்றிருப்பதாலும் இப்படித் தோன்றலாம். ஒரு வகையில் இந்தப் பத்தாண்டுகளில் கவித்துவத்தின் தீவிரம் குறைந்து, பார்வைகளில் பக்குவம் பெற்றிருப்பதான ஒரு தோற்றத்தை நோக்கியதாக இக்கவிதைகள் பாவனைச் செய்வ தாகக் கூடப்படுகிறது. கனவு வயப்பட்ட உலகத்தின் - பரு வத்தின் - ஆழப் பரவசத்திலிருந்து கவிதைகளைப் படிமப் படுத்தித் தந்தவர் இப்போது மேல்தளத்தில் நின்று சில சிந்தனைகளை - காட்சிகளைச் சுட்டிக் காட்டிச் செல்பவராக மாறியிருப்பதாகப்படுகிறது.

அடுத்து இக்கவிதைகளில் பெரும்பான்மையானவற்றின் களம் நகரப் பின்புலத்தைக் கொண்டு இயங்கி அதனோடு உறவாடும் மனநிலைகளின் வெளிப்பாடுகளாக உள்ளன. செய்திக் கவிதைகள் நகரமயமானவனின் அத்யாவசிய பழக்கத்தின் விளைவாக விளைந்தவை.

தவிர கடற்கரை, நெடுஞ்சாலை, இனிப்புக் கடை, ஜவுளிக்கடை, பக்கவீடுகள், அலுவலகம், கோயில், சுரங்கப்பாதை, மேம்பாலம், கூச்சல் எழும் வீதிகள், அரங்கம் ஆகியவை கவிதைகளில்

இடம் பெற்றிருப்பதன் வழியாக மாநகரத்தின் பேரிரைச்சலை எதிரொளிக்கின்றன. கடைசி வரியில் கவிதையை எழுப்ப திட்டமிடும் முத்தாய்ப்பு கவிதைகளின் தொடக்க விவரணைகள் பொருண்மைக்கு வெளியே தேவையற்ற செய்திகளைக் கொண்டு சாதாரணங்களாக்குகின்றன. கால்கட்டுப் போட்ட நாற்காலி, சொர்க்க வாசல், வளர்க்கப்படாமல் எங்கள்வீட்டில் எங்களுடன் வாழ்ந்தவை, இரண்டு காட்சிகள், பொட்டு, பலூன்கள், கணிப்பொறி வளாகத்தில் குரங்கு ஆகியவற்றை உதாரணங்களாக்கலாம். அடுத்து மிக அதிகமாக இக்கவிதைகளில் நாம் எதிர்கொள்பவை அடுக்குத் தொடர்கள். 12 கவிதைகளில் 28 அடுக்குத் தொடர்கள் கையாளப்பட்டுள்ளன. இவை ஒன்றை அழுத்தம் கொடுத்துக் கூறவோ அல்லது வலியுறுத்தவோ பயன்படுத்தப் பெறாமல், ஓசை நயத்திற்காக மட்டுமே பயன்படுத்தப்பட்டுள்ளன. தத்துவார்த்தப் புரிதல்களை (அ) கேள்விகளைக் கவிதைகளில் கொண்டு வரும்போது அவை முழுதும் புதிதானதாக இன்றி வேறெங்கோ நாம் சந்தித்து விட்ட அல்லது ஏற்கனவே உணர்ந்ததாக இருப்பதால் பெரிய மதிப்பைப் பெறத் தவறுகின்றன. அசையா சிறுகல், நான் இருக்கிறேன் ஆகியன இத்தன்மையன. இதிலிருந்து மீண்டுவிட்ட சில வரிகள் 'நாம் தான்' கவிதையின் இறுதி வரிகள். ஸ்ரீனிவாசனின் முதல் தொகுதி என்னைப் பித்துக் கொண்ட வாசகனாக்கியிருந்தது. அந் நிலைக்கு மதிக்கத்தகுந்த இத்தொகுதியின் கவிதைகளென அவன் நடனமாடினேன், கணத் தோற்றம், வீழ்கின்ற உலகம், இரும்பு விதியில் சில விதிகள், பெயருமில்லை ஆகியவற்றை மட்டுமே குறிப்பிடத் தோன்றுகிறது.

(ஜவ்வாது மலையில் நடைபெற்ற கவிஞர்கள் சந்திப்பு 2002இல் வாசிக்கப்பட்ட கட்டுரையின் சுருக்கம்)

அகச்சேரனின் "அன்பின் நடுநரம்பு"

20 கவிதைகளை மட்டுமே கொண்டு தக்கை வெளியீடாக வந்துள்ள அன்பின் நடுநரம்பு என்னும் சிறு கவிதை தொகுப்பு நிறைவை அளிப்பதாக உள்ளது. கவிதையைப் படிமக் காட்சி யெனினும், எளிய உரைநடையில் எள்ளல் தன்மை எனினும் கூர்மையான மொழியில் அவரால் நுட்பமாக வழங்க முடிந் திருக்கிறது. "தனிமை" என்ற தொகுப்பின் பின்னட்டைக் கவிதையைத் தொகுப்பின் சிறந்த கவிதைகளில் ஒன்றெனலாம். 'ஒளிக்கனி' என்ற உருவகம் நா.பிச்சமூர்த்தி காலத்தியது எனினும் இக்கவிதையில் ஒளியின் தனிமையும் கனிமையும் இணைதலில் புதுமை ஆகிவிடுகிறது.

மொழியை இத்தனை பொறுப்போடும் துல்லியமாகவும் பயன்படுத்துபவர்களை இன்று காண்பது மிக அரிதாகவே உள்ளது. வள்ளுவர் குறித்த ஒருவிதத் துயரத்துடன் பகிரும் இவர், துயரமாக மட்டுமே கூறக்கூடிய "திரும்ப முடியாத காட்டின் ராஜா" கவிதையைச் சுய எள்ளலாகவும் வெளிப்படுத்தும்போது இவரது கவித்துவத் தகுதியை உணர்கிறோம். சாயம் போன ரப்பர் வளையல்காரியையும் கறுத்த சிறுவனையும் பற்றிய கவிதைகள் இவர் பயணிக்க வேண்டிய பாதையை இவருக்கே திறந்து காட்டி உள்ளதாகக் கருதி அப்பாதையில் துணிச்சலுடன் பயணிக்கலாம் எனப் பரிந்துரைக்கத் தோன்றுகிறது. இதே தரத்துடன் அதிக கவிதைகள் கொண்ட தொகுதியை அகச்சேரன் தொடர்ந்து வழங்குவார் என்ற நம்பிக்கையை இந்த முதல் தொகுதி உறுதிப்படுத்துகிறது.

(புது எழுத்து 21)

வே. பாபுவின் "மதுக்குவளை மலர்"

வே.பாபுவின் "மதுக்குவளை மலர்" என்னும் இந்தத் தொகுதி அவரது சொந்தப் பதிப்பகமான தக்கை வெளியீடாக வந்துள்ளது. தொண்ணூறுகளின் இறுதியிலேயே எழுதத் தொடங்கிய இவரது கவிதைகள் இப்போதுதான் முதல் கவிதைத் தொகுப்பாக வெளி வருகிறது. இத்தொகுப்பிலுள்ள கவிதைகள் அகம்- புறம் என்று இரு கூறாகப் பகுத்துவிடக் கூடிய தன்மையைப் பெற்றுள்ளன. சமூகப் பார்வையுடன் கூடிய கவிதைகளைத் தொடக்ககால கவிதைகளாகவும், தன்னுணர்ச்சிமிக்க உளம் சார்ந்த கவிதைகளை சமீபத்திய அகக்கவிதைகளாகவும் கொள்ளலாம்.

இத்தொகுதி கவிஞர் வாழ்வின் ஒவ்வொரு கணத்திலும் பிணைந்து கொண்டிருக்கும் 'அம்மு எனும் குள்ளிக்கு' சமர்ப்பணம் செய்யப்பட்டுள்ளது. பெரும்பாலும் சமர்ப்பணம் நூலோடு சம்பந்தப்படுகின்ற ஒன்றுதான். ஆனால் இங்கு கவிதைகளோடும் சம்பந்தப்பட்டிருப்பதால் இவ்விடத்தில் குறிப்பிடப்படுகின்றது. சமர்ப்பணம், முன்னுரை, கவிதைகள் என நீக்கமற அம்மு என்ற சொல் நிறைந்திருப்பதை கூற வேண்டும். ஒருவகையில் நூலின் தலைப்பு உருவகிக்கும் பொருள்கூட அம்முதான். இதைத் தொகுப்பின் முதல் கவிதை உறுதி செய்கிறது. இக்கவிதை ஏற்படுத்தும் கவித்துவ அதிர்வு தொகுப்பின் பல கவிதைகளின் ஊடாகவும் பயணப்படுகிறது. ஒருவகையில் இத்தொகுப்பை ஒரு குவளையாகவும் அதில் நிறைந்து நிற்கும் மலராக அம்முவையும் கொள்ளலாம்.

கவிஞருக்கும் இச்சொல்லுக்கும் அல்லது சொல்லுக்குரியவருக் கான உணர்ச்சிமிகு உறவே கவிதைகள் பலவற்றின் மையப் பொருளாகியுள்ளது. மிகையான கற்பனைகளோ, அசட்டு உணர்ச்சிகளோ இன்றி எளியதொரு வடிவில், மொழியில் இவை சாத்தியப்பட்டிருப்பதால் இன்றைய நவீன வாசகனுக்கு அணுக்கமானவையாக இக்கவிதைகள் உள்ளன. இவை காதல் கவிதைகளா எனில் அதற்குள் அடங்காதவை எனலாம். ஆனால் கவிதைகளுக்கான ஊக்கம் காதலில் இருந்து பெறப்பட்டதாக நம்பலாம். அம்முவைப் பற்றிய கவிதைகள்,

அம்மு இடம்பெறும் கவிதைகள், அவள்- நீ -உன் என விளித்து எழுதப்பட்டவை, அம்முவைக் குறியீடாகக் கொண்டவை என பலவகைப்பட்டவையாக இக்கவிதைகள் இயங்குகின்றன.

முதல் கவிதையில் மதுவிடுதியின் மரத்திலிருந்து மதுக்கோப்பை யினுள் வந்து விழும் சின்னஞ்சிறு பூவை கவிஞர் அம்முவாக நமக்குக் காட்டித் தருவதால் தொகுப்பின் பிற கவிதைகளில் இடம்பெறும் சின்னஞ்சிறு இலை, அபூர்வ மலர், குழந்தை, பறவை, தேவதை, ஏன் ஒரு கவிதையில் வரும் அம்மாவைக்கூட நாம் அம்முவாகக் கொண்டு வாசிக்கும் சுவராஸ்யத்தைப் பெறுகிறோம். இத்தொகுப்பின் பெரும்பான்மையான கவிதை கள் இதன் பாற்பட்டவையேயாகும். தவிர்த்த சில சமூகப் பார்வையிலான புறக் கவிதைகள் இத்தொகுப்புக்கும் இக்காலத் திற்கும் பொருந்திவராத அலைவரிசையில் அமைந்துள்ளன. இவற்றைதான் இசை, ஒரு கிழட்டுத்தாயின் முகச் சுருக்கங்கள் எனப் பரிவுடன் ஏற்றுக்கொண்டார் போலும். இவை சமூகப் பார்வை, வர்க்கப் பார்வை, பெண்ணியப் பார்வை, சூழலியல் பார்வை, தேசியப் பார்வை, தத்துவப்பார்வை என வகைக் கொன்றாகத் தொகுப்பில் விரவி வந்துள்ளன. (இவற்றில் ஈழம் குறித்த ஒரு தற்சமய அரசியல் கவிதைக் குறிப்பிடும்படியான தகுதியைக் கொண்டுள்ளது) இக்கவிதைகளின் தரம் குறித்த ஒரு சந்தேகம் பாபுவுக்கே இருந்ததால்தான் இத்தொகுப்பு வெளியாக இத்தனை ஆண்டுகள் எடுத்துக்கொண்டதோ எனத் தோன்றுகிறது. நல்லவேளை கவிதையுள் நிகழ்ந்த அம்முவின் வருகையால்தான் தரமான கவிதைகள் சிலவும், இத்தொகுப்பும், இப்போதாவது நமக்குக் கிடைத்திருக்கிறது.

(புது எழுத்து 21)

பன். இறையின்
"பருந்துகளைப் போலான தேன்சிட்டுகள்"

"பருந்துகளைப் போலான தேன்சிட்டுகள்", சமீபத்தில் (மார்ச் 2012, கடல்குதிரை வெளியீடு, கோவை) வெளிவந்திருக்கும் ஒரு கவிதைத் தொகுப்பு. கவிஞர் பன். இறையின் முதல் தொகுப்பு. சிற்றிதழ் வாசகர்களுக்கு அதிகம் தெரிய வராதவர். நூலில் கவிதைகளின் பிரசுர விவரம் ஏதும் இல்லை. பாலைநிலவன் இவரை இவ்வளவு காலம் எப்படி வாசிக்காமல் போனோம் என வியந்து எழுதியிருக்கும் அறிமுக உரை இத்தொகுப்பை நம் கவனத்துக்கும் கொண்டு வருகிறது.

பன். இறை தம் கவிதை வெளிப்பாட்டில் நேரெதிரான இரு போக்குகளைக் கையாள்கிறார். 1. எளிமையான உரைநடைத் தன்மையானவை, 2. விநோதமானப் படிம மொழியால் நிரம்பியவை. எளிமையான வெளிப்பாட்டில் அவர் தரும் கனமான கவிப்பொருள் முழுக்கவிதையும் ஒரு படிமமாக நமக்குள் செயல்பட வழிவகுக்கிறது. அதே சமயம் பல படிமங்களால் மின்னல், வாள், கனா விழுதுகள், பிம்பப் பெருவெளி போன்ற காலாவதியான உருவக மொழியால் தொடக்கக் கால கவிஞர்களின் மிகுதியான விநோத மொழியைக் கைவிட முடியாத தன்மையையும் காண்கிறோம். இவ்விரண்டு போக்கு களுக்கிடையிலான ஊடாட்டத்தைத் தொகுப்பு முழுமைக்கும் காணலாம். எளிமையான மொழிதலில் உருவான தொகுப்பின் சிறந்த கவிதைகளுள் ஒன்றாக 'நகரும் இருப்பு'-ஐக் கூறலாம். பெரிதாக எதையுமே தராததாய்,

"எனக்கு இன்று ஒரு வேலையுமில்லை
போவதற்கென்று ஒரு இடமுமில்லை"

என்பது போன்ற சாதாரண வரிகளாலான ஒரு கவிதை,

"வீட்டுக்குத் திரும்புகிறேன்
வீடு இருந்த இடத்திலிருந்து சற்று நகர்ந்திருந்தது"

என முடியும் போது கவிதையும் வேறொரு தளத்திற்கு நகர்ந்து வியப்பூட்டுவதை உணர்கிறோம். இரண்டு வாசிப்புகளுக்குப்

பின்பு மனதில் தங்கிய கவிதைகளை நினைவு கூர்கையில் சில தொகுப்புகளில் சிற்சிற கவிதைகளே எஞ்சும். இத்தொகுப்பில் நகர்வு, யானைக்கட்டி மண்டபம், ஆடுகளின் ராஜ்யம், குளத்தில் விழுந்த விறகு, வீட்டை ஏற்றிக் கொண்டு, புறநோக்கி, பகல் மலைக்கும் இரவு மலைக்கும் நடுவில், தீராத இரவு எனப் பல கவிதைகள் அவற்றின் பொருண்மைக்கும் மொழிதலுக்கும் அப்பாற்பட்டு மனதில் பாய்ந்து இடம்பிடித்துள்ளன. இவற்றுக் கிடையிலான ஒரு பொதுத்தன்மையை யோசிக்கையில் இவை ஒரு சம்பவமாக, நினைவு கூர்தலாக, புரிதலில் தடையெதையும் நிகழ்த்தாத கவித்துவத்தாலானவையாக இருப்பதாக உணர் கிறோம். இன்றைய நவீன கவிதைகளின் தன்மையோடு இவ்விதத்தில் இவை ஒத்துள்ளதைக் கூற வேண்டும்.

"ஒரு இனம்
வேலிக்குள் அடைக்கப்படுவதை
காணும் காலத்தில் நாம் வாழ்கிறோம்
யானைகள் புத்துணர்வுக்காக வனத்திற்குள்
விடப்படுகின்றன"

போன்ற பதிவாகட்டும்,

"எவ்வளவோ பேர் வாரி இறைத்தாலும்
குழந்தைமை ஒரு நதியென ஓடிக் கொண்டிருந்தது"

"உன் தெருக்களின் பெயர் பலகைகள் மீது
உதிரத்தைத் தெளித்தேன்"

போன்ற வரிகளாகட்டும் இன்றைய நவீன வாசகனுக்கு நெருக்கமான உணர்வை ஏற்படுத்தி மேலும் இவரது கவிதை களை எதிர்நோக்கிக் காத்திருக்கவே செய்யும்.

(புது எழுத்து 21)

ஒரு கவிஞனாக இருப்பது பல நிலைகளிலும் துயரமானது

(கண்டராதித்தனின் 'சீதமண்டலம்' முன்னுரை)

எங்கோ மதுவிடுதியில் குடித்துக் களிக்கிறோம்; பின் சண்டையிட்டு என்னைவிட்டு அவனோ, அவனைவிட்டு நானோ கிளம்பி விடுகிறோம்; நீண்ட நாட்களுக்குத் தொடர்பேயில்லாது பிரிந்து கிடக்கிறோம்; மீண்டும் சந்திக்கும் வாய்ப்புக்குக் காத்துக் கொண்டிருக்கிறோம்; பின் தொலைபேசியில் அன்பைப் பகிர்ந்து கொள்கிறோம்; அவ்வப்போதைய கவிதைகளை விமர்சித்தும் பாராட்டியும் கொள்கிறோம்; பின்பும் சந்திக்கிறோம்; பயணிக்கிறோம்; ஏதோ ஒரு மலையில் ஏறுகிறோம்; அதன் உச்சி மரத்தின் உச்சிக் கிளையில் பேசிக் கொண்டிருக்கிறோம்; கீழிறங்கி காட்டுப்பாதையில் நிர்வாணமாக நடக்கிறோம்.

அவ்வாறே ஒருமுறை ஜவ்வாது மலைத்தொடரில் ஒரு சிறு குன்றின் உச்சி மரத்தில் ஏறியபோது, மேல் கிளையில் அவனை அமரச் செய்து அவனுக்குக் கீழ்க்கிளையில் நான் அமர்ந்துகொண்டு சொன்னேன்: நான் வியக்கும், என்னால் எழுதவே முடியாத கவிதைகளை நீ எழுதிவிட்டிருக்கிறாய், இன்றெழுதும் எவரையும்விட உன் கவிதைகள் எனக்குச் சவாலாக இருக்கின்றன. எனவே உன்னை இந்த உயர்கிளையில் அமர அனுமதிக்கிறேன். பதிலுக்கு அவன் என் கவிதைகளைக் குறித்துக் கூறியது முகஸ்துதிக்காக இருந்திருக்காது என்றே நம்புகிறேன். நாங்கள் ஒருவரை ஒருவர் இவ்வாறே மதித்தும் கொள்கிறோம்.

இளங்கவிஞர்களைச் சந்திப்பதில் அதிக ஆர்வமும் அக்கறையும் காட்டும் கோணங்கி, அவருடைய பயணங்களினூடாக என்னைச் சந்திக்க வருகையில் அவனையும் சந்தித்தோ அல்லது அவனைச் சந்தித்த பின் என்னைச் சந்திக்கவோ வருவார். அவரது சந்திப்புகள் எங்களைத் தொடர்ந்து உற்சாகப்படுத்தியுள்ளன. கவிதைகளின்பால் தீவிரம் கொண்டு இயங்கவும் செய்துள்ளன. இருந்தும் எங்களுடைய இரண்டாம் தொகுப்புகள் வெளிவர இதோ நீண்ட இடைவெளியை எடுத்துக்கொண்டுள்ளன. இது

எங்களின் மீதான அவருடைய நம்பிக்கையைக் காப்பாற்றவும் இருக்கக்கூடும்.

கண்டராதித்தன் கவிதைகள் வெளிவந்த சமயம் அவனைச் சந்தித்து நட்புகொள்ள விரும்பியவனாக நானிருந்தேன். நேரில் சந்திக்கிற கண்டராதித்தனுக்கும் சந்திப்புகளுக்குப்பின் அவன் எழுதிய கவிதைகளில் வாசிக்கக் கிடைக்கும் கண்டராதித்தனுக் கும் தொடர்பேயில்லாத ஒரு விநோத ஆளுமையாக அவனிருப் பதை இப்போதும் வியக்கிறேன். அவன் கவிதைகளில் வெளிப் படும் ஒருவகையான மந்திர மொழி அவனுக்கும் அப்பாற் பட்டதாகவே உள்ளது. நான் சந்தித்த எத்தனையோ கவிஞர் களினும் அடையாத வேறான அனுபவம் இது. அவனுடைய நிஜ, நேர் உலகத்துக்கும் கவிதைகளின் உள் உலகத்திற்கும் இடையே மிகப்பெரிய வெளி ஒன்றிருக்கிறது. இதுவே அவனுக்குள்ளிருக்கும் கவிஞனுக்கான வெளி; நபராக இருக்கும் போது அவ்வெளியில் நம்மை அநாவசியமாக அனுமதிப்பதே இல்லை; கவிதைகளின் வழியாக மட்டும் நாம் அவ்வுலகுக்குள் சென்றுவர முடியும்.

அவனது அந்த உலகத்தில் காதலுக்கு அதிக முக்கியத்துவம் உள்ளது. அது தரும் முத்தங்களோ, காயங்களோ அவனுடைய கவிதை வெளியையும், சமகால கவிஞர்களில் அபூர்வமாகவே காணக்கிடைக்கும் ஒரு காவியத்தன்மைமிக்க ஒரு புதுமொழி யையும் உருவாக்கித் தந்துள்ளன. அவ்வளவு எளிதாக ஒருவரும் நகலாக்க இயலாத அசல் தன்மையானது அவன் மொழி.

முதல் தொகுப்பிலிருந்து பல நிலைகளிலும் மாற்றங்களைக் கண்டிருக்கிறது இத்தொகுப்பு. மொழியின் தீவிர கதி மேலும் சிறப்படையுமாறு நெகிழ்ந்திருக்கிறது. புனைவுத்தன்மையும், கனவுத்தன்மையும் தொடர நவீன கவிதையின் குணாம்சமும் அழகியல் அம்சமும் கூடி வந்திருக்கின்றன. இத்தொகுப்பின் தலைப்புகள் மிகவும் விஷேசமானவை, தன்னளவிலேயே அவை வாசகனை வசீகரிக்கும் கவித்துவம் நிரம்பியவை.

இந்நூற்றாண்டில் ஒரு கவிஞனாக இருப்பது பல நிலைகளிலும் துயரமானது. அதே அளவு புறக்கணிப்புகளையும் மீறிய திமிர்த் தனம் நிறைந்தது. இந்த உலகில் நடைபெறும் அத்தனை கொடூரங்களுக்கும் சாட்சியாக கடவுளுக்கு அடுத்து கவிஞன்

மட்டுமே இருப்பதினால் வருவது அது. அவன் எழுதும் ஒவ்வொரு வரியும் கவிஞன் இச்சமூகத்தின்பால் காட்டும் அக்கறையின்பாற்பட்டதுதான். காலத்தில் நிலைக்கக்கூடிய அத்தகைய வரிகளைக் கொண்ட கவிதைகளை எழுதிவிடவே கவிஞர்கள் தத்தமக்குள் மறைமுகமாகப் போராடுகிறார்கள். நானும் கண்டராதித்தனும் கூட அத்தகைய போராட்டத்தில் எதிரிகள்தாம். அந்நிலையில் எங்களுக்குள் எவ்வித சமரசத்தையும் நாங்கள் விரும்புவதில்லை.

குற்றவுணர்வின் பிதற்றலும் ஆற்றாமையின் பதற்றமும்

(நீலகண்டனின் 'அவியம்' முன்னுரை)

நீலகண்டனின் முதல் கவிதைத் தொகுதி "முயல் போல் வாழும் காமம்" 2009இல் வெளிவந்தது. நண்பர்களிடையே கவனிப்புப் பெற்ற அளவுக்குப் பரவலாக வாசகர்களிடையே சென்றடையவில்லை என்றே படுகிறது. நீலகண்டனோ, வெளியிட்ட வியாகுலனோ வெளியீட்டு விழாவுக்குப் பிறகு அது குறித்து எவ்வித முயற்சியும் மேற்கொள்ளவில்லையோ எனக் கேட்பது இன்றைய பதிப்புச் சூழலில் ஓர் அபத்தமே.

அத்தொகுப்பில் புதுமையான படிமங்கள் நிறைந்த கதை கூறும் தன்மை வாய்ந்த கவிதைகள் அதிகம் இடம்பெற்றிருந்தன. கிராமத்திற்கும் நகரத்திற்கும் ஊடாடி, காதலையும் காமத்தையும் குறித்துப் பேசிய பல கவிதைகள் இடம் பெற்றிருந்தன. நம்பிக்கையூட்டக் கூடியதும் முடியாததுமான புதுமைப் படிமங்களால் நீலகண்டனின் கவிதை மொழி கட்டமைக்கப்பட்டிருந்தது. முழுக் கவிதைகளைக் காட்டிலும் அத்தகைய தனிப்படிமங்கள் வழங்கக் கூடிய ஒருவித வாசிப்புக் கவர்ச்சியே பிரதானமானதாய் இருந்தது எனவும் கூறலாம்.

மேலும் கவிதைகளில் ஒருவித தெளிவின்மையும், ஆழ்ந்து வாசிப்பவர்களுக்குக் கவிதைக்குரிய ஏதோ ஓர் அம்சம் குறைந்திருப்பதாகவும் தோற்றம் தரக்கூடிய அக்கவிதைகளிலிருந்து இத்தொகுப்பின் கவிதைகள் தெளிவை நோக்கியும் முழுமையை நோக்கியும் நகரத் தொடங்கியனவாய் இருப்பதைக் கவனிக்கலாம். அதே நேரம் முதல் தொகுதியின் பாடுபொருளின் நீட்சியாகவும் இவை தொடரவே செய்கின்றன. இருண்மை எனும் கவிதையின் குணத்தோடு தெளிவின்மையை நாம் இணைத்துக் குழப்பமடையக்கூடாது. இருண்மை என்பது சிறந்த கவிதைகளிலும் படிந்திருக்கக்கூடிய ஓர் நேர்மறை அம்சமே. ஆனால், தெளிவின்மை கவிதை உருவாக்கத்தில் ஏற்படும் ஒருவித பக்குவமின்மையால் அனுபவத்தையோ, காட்சியையோ முழுமையாகச் சித்திரிக்க இயலாததால் நேர்வதாகக் கூறலாம்.

இன்றெழுதும் பலரது கவிதைகயில் இத்தகைய தெளிவின்மையை நாம் எதிர்கொள்ளவே செய்கிறோம். ஆர்வமிருக்கிற அளவிற்கு தொழில்நுட்பச் சிரத்தையும் பொறுமையும் குறைந்திருப்பதைக் காட்டலாம். அத்தகைய அடையாளத்திலிருந்து மீண்டு எழுதிய பல தெளிந்த கவிதைகள் இத்தொகுப்பில் இடம்பெற்றுள்ளன. அத்தகைய சந்தேகத்தின், விமர்சனத்தின் குரலாகக்கூட இத்தொகுப்பில் தலைப்புக் கவிதையான 'அவியம்' கவிதையைக் கொள்ளலாம்.

தன்மையாகிய 'நான்'-ஐ பிரதானப்படுத்தும் கவிதைகள் அதிகமாக இத்தொகுப்பில் உள்ளதைக் கூறவேண்டும். 'நான் பிரகாசித்துக் கொண்டிருக்கிறேன் வெயிலைப்போல்; நான் வெகுகாலம் என் நேரத்தை சும்மா கழித்துக் கொண்டிருந்தேன்; நான் கொல்லப்பட வேண்டியவன் என்பதை உறுதியாக நம்பு: நான் எதையோ புனைந்து கொண்டு அழுபவனும் அல்ல: பிறகு நான் திருடர்களைப் பற்றி யோசிக்கிறேன்; துயரமான நேரங்களில் கடலின் மீது நடப்பவன் நான்". இவ்வாறான வரிகள் அநேக கவிதைகளின் இடையே தட்டுப்படுகிறன. தொகுப்பையே கவிஞர் தன்னைப் பற்றிய சுய அனுபவங்களின் சாராம்சத்திற்கு முக்கியத்துவம் தந்து ஆக்கியிருப்பதாகவும் இவை மொழிகின்றன.

இத்தொகுப்புக் கவிதைகளை வாசிப்பவர்கள் சட்டென உணரக் கூடிதாய் அமைந்திருக்கும் விஷயங்கள் இரண்டு.

1. கிராமத்தை, தன் உறவுகளை இழந்ததால் எழும் குற்றவுணர்வில் பிதற்றுவது.

2. இழந்த காதலை, காதலியை முன்னிலைப்படுத்தி ஆற்றாமையால் பதற்றமடைவது.

இவ்விரண்டு பின்னணிகளும் ஒரு கவிதையில் இடம்பெற நேரும்போது ஒரு கூடுதலான கவித்துவத்தை ஏற்படுத்தி விடுவதை மறுக்கமுடியாது. ஆனால் அவற்றை நாம் ஒரு சலுகையாக வழங்க வேண்டிய தேவையும் இல்லை. அத்தகைய சலுகையெதையும் கோராத கவிதைகளாக இவை இருப்பது இன்றைய கவிதைகள் பலவற்றோடு ஒப்பிடுகையில் ஆறுதல் அளிக்கிறது.

என்னால் எதிர்மறையாகவும் பல காரணங்களுக்காக மீண்டும் மீண்டும் இக்கவிதைகள் வாசிக்கப்பட்டுள்ளன. அத்தகைய வாசிப்பு ஒருவகையில் மதிப்பீட்டில் நேர்மறையாக-எதிர் மறையாகவும்கூட செயல்பட வாய்ப்பேற்படுத்தக் கூடும். மட்டு மின்றி இத்தொகுப்பில் சிறந்த கவிதைகள் என சுட்டிக்காட்ட பத்துக் கவிதைகளேனும் நிச்சயம் உண்டு; அவற்றை என் சுட்டிக்காட்டலுக்கும் அப்பால் நீங்களே கண்டறிந்து மகிழ வும் இடமளிக்கிறேன். ஏனெனில் வாசிப்பில் ரசனை அளவு கோல்களின் தேர்வுகள் ஆளாளுக்கு மாறுபட்டு விடுவதையும் காரணங்காட்ட விழைகிறேன்.

உரைநடைத் தன்மை மிகுந்திருக்கும் இக்கவிதைகள் இன்றைய காலக்கட்டத்தின் கவிதைகளாகவும் உள்ளன. இன்று உரை நடைத் தன்மை மிகுந்திருக்கிற கவிதைச் சூழலில் கடந்த கால கட்டத்தைய கவிதைகளைக் காட்டிலும் கூடுதல் சிரத்தைக் கொண்டிருப்பின் மட்டுமே கவிதையைக் கவிதையாக எழுப்பிக் காண்பிக்க முடியும். அத்தகைய பல முழுமையான கவிதைகளைக் கொண்டிப்பதாகவும், அவற்றை நேசித்து வாசிப்பவர்களுக்கு ஏமாற்றம் அளிக்காததாகவும் இத்தொகுப்பு உள்ளது.

செவ்வியல் பிரதியாய் உருமாறிக்கொண்டிருப்பவர்

(ஷங்கர்ராமசுப்ரமணியனின் 'ஆயிரம் சந்தோஷ இலைகள்' பின்னுரை)

ஷங்கர்ராமசுப்ரமணியன் எனக்கு நண்பன் இல்லை. இதுவரை நாங்கள் இரண்டுபேர் மட்டுமே எனத் தனியாக சந்தித்துக் கொண்டதுமில்லை. நான்கைந்து பேருக்குமேல் இருக்கும் கூட்டத்திலேயே இரண்டோ மூன்றோ முறை மட்டுமே சந்தித்திருக்கிறோம். எனக்கு அவரைப் பற்றி எதுவும் தெரியாது. சமீப காலமாகத்தான் செல்பேசியில் கூட பேசிக்கொள்கிறோம். அப்போதும் தனிப்பட்ட சொந்த விவகாரங்கள் எதையும் பேசிக்கொண்டதில்லை.

ஆனால், எனக்கு அவரைப் பதினைந்து ஆண்டுகாலமாகத் தெரியும்; அவரது கவிதைகளின் மூலமாக. நான் தொடர்ந்து அவரது வாசகனாக இருந்திருக்கிறேன். ஏறக்குறைய அவரது தொடக்கக்காலம் தொட்டு. தொண்ணூறுகளின் பிற்பகுதியில் ஒரே நேரத்தில் எழுத ஆரம்பித்த எங்களின் முதல் தொகுதிகள் 2002இல் வெளிவந்தன. அவருடைய 'மிதக்கும் இருக்கைகளின் நகரம்' முதல் தொகுதியை வாங்குவதற்கென்றே நானும் ராணிதிலக்கும் மருதா பதிப்பகத்தைத் தேடிச் சென்றோம். லக்ஷ்மி மணிவண்ணனின் முதல் தொகுதி 'சங்கருக்கு கதவற்ற வீடு' வந்தபோது தலைப்பின் சங்கர் யார் என்று கூடத் தெரியாது (இப்போதும்தான்); ஆனால் இவர்தான் என நினைத்துப் பொறாமைப்பட்டோம். அவருடைய இரண்டாவது தொகுதி 'காகங்கள் வந்த வெயிலு'க்கு நான் தீராநதியில் விமர்சனம் எழுதி வெளியானபோதுகூட நாங்கள் எதுவும் பேசிக்கொண்டதில்லை. பின்பு, என்னுடைய 'ஏரிக்கரையில் வசிப்பவன்' வந்தபோது எதிர்பாராமல் ஒருநாள் பேசினார். அத்தொகுப்பு அவருக்குப் பிடித்திருந்ததைச் சொல்ல. அதன் பிறகு அவ்வப்போது பேசிக்கொண்டிருக்கிறோம்.

சமீபத்தில் வரவிருக்கிற தேர்ந்தெடுக்கப்பட்ட தன் கவிதைகளின் தொகுப்பில் முன்னுரையாகவோ பின்னுரையாகவோ பயன்படுத்

திக்கொள்ள ஒரு கட்டுரை கேட்டார். அவர் நம்பிக்கையை எண்ணி சற்று அச்சப்பட்டேன். பின்பு உங்கள் கோரிக்கை நீங்கள் எனக்களிக்கும் கௌரவம். நானும் உங்கள் தொகுப்புக்கு ஒரு முன்னுரை எழுதுவதை பெருமையாகவே கருதுகிறேன் என உணர்ச்சிவசப்பட்டேன்.

சமகாலக் கவிஞனாக இருந்துகொண்டு சக கவிஞர்களின் வாசகனாக இருப்பது என்பது நம்மை உயிர்ப்புடன் வைத்துக் கொள்வதற்கான ஏற்பாடு. நிறைய சமயங்களில் தவிர்க்க வேண்டியதையும் குறைவான சந்தர்ப்பங்களில் எழுதவேண்டியதையும் கற்றுக்கொள்ளலாம். படைப்பாக்கப் பின்னணியில் இதுவும் ஓர் இணைச் செயல்பாடே. ஒரு கவிஞன் எதை எழுத அல்லது எவ்வாறு எழுத என்று அடிப்படைக் கேள்வியைக் கேட்டுக்கொள்வதற்கு இணையான அனுபவம் இது. ஷங்கரின் கவிதைகள் எனக்குச் சாதகமாகலே பயன்பட்டிருக்கின்றன; ஊக்கமளித்திருக்கின்றன.

தொண்ணூறுகளில் எழுதத்தொடங்கி 2000க்கு முன்பின்னென முதல் தொகுதி வெளியிட்ட ஒரு கவித் தலைமுறை தமிழில் உருவானது. பட்டியலிட்டால் ஒரு பத்துப்பேர் கணக்கில் வரலாம். திட்டமிடாது திரண்டு வந்த ஓர் அனிச்சைச் செயலாக இந்தக் கவிகளுக்குள் ஓர் இணைவம்சம் நிகழ்ந்து, ஓர் இயக்கமோ என்கிற அளவுக்கு அடையாளம் கண்டது. உரைநடையின் தன்மையும், புனைவம்சமும், அதீதக் கற்பனையும், கனவுத் தன்மையும் மிக்க ஒரு நடை. புதுக்கவிதைக்காலத் தமிழ்த் தனம் வெறுக்கப்பட்டு முற்றிலும் புதிதான ஒரு மாற்றுக் கவித்துவத்தை இளம் கவிஞர்கள் முன்னெடுத்தனர். அகவுலகம், சமூகம் என இருவேறாகக் கட்டமைக்கப்பட்டிருந்த தமிழ்க் கவிதையின் மொழி அழகியலையும் அரசியலையும் அவற்றின் தனித்துவம் குன்றாமல் வெளிப்படுத்தத் தோதான உருமாற்றத்தை அடைந்திருந்தது. இதற்கான அகச்சூழலை பிரமிள், ஞானக்கூத்தன், ஆத்மாநாம், நகுலன், பசுவய்யாவும்; புறச்சூழலை மீட்சி, உலகக் கவிதை மூலம் - பிரம்மராஜனும் தற்கால உலகச் சிறுகதைகள், மொழிப்பெயர்ப்புகள் மூலம் கல்குதிரையில் -கோணங்கியும்-ஏற்படுத்தியிருந்தனர்.

‘சூரிய உதயத்திலிருந்து வருகிறோம்’. இதுதான் ஷங்கரை என் நினைவில் ஊன்றிய முதல் கவிதை. ‘சன்ரைஸ்’ தான் தலைப்பில் சூரிய உதயமாகியிருந்தது. ஒரு மலினமான உத்தியாகத் தொனித்தாலும் சூரிய உதயமென்கிற அழகிய நிகழ்வு, விற்பனைப் பிரதிநிதிகள் கிளம்பிவருகிற நிறுவனமாக அர்த்தப்படுகிற ஓர் எதிர்பாராத் தன்மை அதன் கவர்ச்சி. சமூக விமர்சனத்தையும் அழகியலையும் ஒன்றாக உருக்கி வார்த்தது போன்ற பொருத்தமான நடை. தொடர்ச்சியாக கடவுள் கைவிட்ட மனிதர்கள் கூடும் மதுக்கூடத்தை தம் ஊரின் நதிக்கரைக்கு இழுப்பதாக எழுதிய அன்றைய அசாத்தியங்களையும் சாதிக் கிறார். ‘நீலச் சொருபமாய் தளும்ப ஆரம்பித்த நிலைக் கண் ணாடி போன்ற படிமங்களைக் கிருஷ்ணன் பற்றிய காவிய புனைவம்சம்மிக்க தொடர்கவிதைகளின் நடையிலும் உருவாக்கிக் காட்டுகிறார். இவையெல்லாம் ‘இவன் நம் ரகக்கவிஞன்’ என அவரை நெருக்கமாக உணரச் செய்தவை.

இக்காலகட்டத்தில் எழுதவந்த கவிஞர்களுக்கே உரியதான, கவிதைகளினூடே மையம் ஏதும் உருவாகாத, பொதுப்பண்பு எனப் பிரத்யேகத் தன்மையைக் கண்டடைய முடியாத, மாறுபட்ட பலவிதமான உலகங்கள் ஷங்கரின் கவிதைகளிலும் உண்டு. இது பலவீனமல்ல பலம்தான். கவிதை விமர்சகர்களுக்குதான் ஒற்றை வரியில் வகைப்படுத்தி பெருமிதமடைய வழியே இல்லை. தொடக்கத்தில் இவ்வாறான ஓர் அபிப்பிராயத்திற்கு எல்லா கவிஞர்களுமே இலக்கானோம் எனினும் இப்போது பத்துப்பதினைந்து ஆண்டுகள் கடந்த பின்பு, கவிஞர்களின் மேலும் பல தொகுதிகள் வெளியான நிலையில் (நானும் கண்டராதித்தனும் தான் இரண்டு தொகுப்பிலேயே நொண்டிக் கொண்டிருக்கிறோம்) அவரவர்களுக்கான பிரத்யேக உலகங்கள் உருவாகி வந்திருப்பதை உணர்கிறோம்.

தொடக்கக் காலந்தொட்டு ஷங்கரின் கவிதைகளில் இடம் பெற்றிருந்த சிறுவர்கள் குறிப்பாக சிறுமிகள் இன்று வரையிலும் உயிர்ப்புடன் தொடர்ந்து வருகிறார்கள். ஏன் இவரது கவிதை களில் குறிப்பிட்டுப் பேசும் தனித்துவமாக சிறார்கள் இருக் கிறார்கள். பால்ய பிராயத்தைக் கடந்து வராத அல்லது வ(ள)ர மறுத்து அதிலேயே திளைக்கும் மனநிலையின் உற்று

நோக்கலாக இது இருக்கலாம். அதனால்தான் பெரியவர்களாதல் என்கிற வளர்ச்சிநிலை இவரால் கூர்ந்து நோக்கப்படுகிறது. வேறு எவரையும் காட்டிலும் கணிசமான அளவு இந்த விஷயம் பொருட்படுத்தப்பட்டிருக்கிறது. 'பிராய நதி'யின் தோற்றுவாய் இதனால்தானே? இயக்கம்தான் பிராயமோ என எண்ணி வியக்கிற கவிமனதினால்தான் அம்மாவுக்கு எதிரில் முதிர்ந்தவனாகவும் அவள் மகளுக்கு எதிரில் இளைஞனாகவும் இடையில் ரயில்கள் பல கடக்க சாட்சியாய் அமர்ந்திருப்பதாய் உணரமுடியும். கௌரி, கௌரி அம்மாள் ஆவதின் வலிமிகுந்த வாழ்க்கைக் காட்சிகளையும் கவிதையாகத் தொகுத்துக் கொள்ளமுடியும்.

இன்று தமிழ்க்கவிதையுலகில் எத்தனை பெண் கவிஞர்கள் எத்தனை பேசுகிறார்கள்?. ஷங்கரின் சிறுமிகள் ராணியோ, வாணியோ, தேஜுவோ, விமலாவோ அல்லது பெயர் குறிப்பிடாத சிறுமிகளோ அவர்களை உள்ளடக்கி அவர் படைத்துக்காட்டிய உணர்ச்சிமயமான பெண் குழந்தைகளின் உலகம் - ஏன் அதன் நிழல்கூட அவர்களில் எங்கும் படியக்காணோம். பாவம் அவர்கள் சிறுமிகளாக இல்லாமலேயே பெரியவர்கள் ஆகிவிட்டார்கள்போல.

புனைகதையின் உரைநடைக்கு நிகரானதாகத் தோன்றும் இவரது கவிதைகளின் நடை குறித்து கடந்த தலைமுறையின் கவிதை வாசகர்களுக்கோ அல்லது கவிதையையே அறியாத புதிய வாசகர்களுக்கோ கடுமையான புகார்கள் எழலாம். ஆனால் அசலான இன்றைய கவிமனதிற்கு மிக நெருக்கமான கவித்துவ அனுபவத்தை அது வழங்கவே செய்கின்றது. ஏனெனில் இவரது கவிதை நடை புனைகதையின் தசைநார்களை ஒதுக்கிவிட்டு கவித்துவத்தின் நரம்புகளால் மட்டுமே விசித்திரமாக ஓர் உயிரை நடமாடச் செய்யும் வித்தை. அந்த உயிருக்கு அறிவின் பெட்டகமான மூளைக்குப் பதிலாக ஆன்மாவின் உறைவிடமான இதயம் மாத்திரமே உண்டு. இது எளிய கவிதைகளுக்கான சப்பைக்கட்டு ஆகாது. அக்கவிதைகளினூடே மறைமுகமாக இயங்கிக்கொண்டிருக்கும் நவீன மனதிற்கு இதைப்பற்றியதான கவனமும், உண்மையான கவிதைகளின் மீதான வேட்கையும், அதை அடைவதன் சவால்களும் உண்டுதான்.

உரைநடையால் தன் நிலத்தில் சில கவித்துவ மலர்களை மட்டுமே பறிக்கும் சாத்தியமுண்டு. ஆனால் கவிதை, உரை நடையைக் கால் பாவும் நிலமாகப் பயன்படுத்தி எம்பித் தாவி தேவமலரையும் பறித்துவிடுகிறது. 'நான் ஒன்றுமற்றதை எனது கோப்பையிலிருந்து பருகத்தொடங்கிவிட்டேன். போதை தலை கொள்ளவில்லை' என்பதின் போதையை உணர்ந்தவர்கள் உரை நடையால் எழுதப்பட்டிருக்கும் அவரது பல எளிய கவிதை களையும் உணர்ந்தே ஆவார்கள்.

காமமும் மரணமும் சரிநிகராக இவர் கவிதைகளில் கூர்மையாகக் கண்சிமிட்டிக்கொண்டேயிருக்கின்றன. இவ்விரண்டுக்குமே நித் தியத்தை விரும்புகிற மனித எத்தனங்களைத் தீண்டி உலுக்குகிற குணம் உண்டு. காமத்தையும் மரணத்தையும் வயல்களாக உழுது அறுவடை செய்கிற நுட்பமே அவற்றைச் சிந்தித்து வரையறை செய்து சூத்திரமாக்கி கவிதையாக வைத்துக் கொள்வதும். அவ்வகையில்தான் மரணம், பிரயாண ஞாபகத்தை யாரிடமும் பகிர இயலாமல் ஆக்கும் தன் தனித்தன்மையைப் போன்ற ஒரு மாய நகரமாகிறது அவருக்கு. காமம் புழக்கடைப் பாத்தியில் முளைவிட்டிருக்கும் பசிய இலைகளாக ஒளிர்கிறது.

காமத்தை முளைவிட்ட பசிய இலையாகக் கண்ட இவர், குறுந்தொகைக் கவிஞர் மிளைப் பெருங்கந்தனாரின் கவித்துவச் சிந்தனை மரபு வழியை உறுதிப்படுத்துகிறார். 'முதைச் சுவற் கலித்த முற்றா இளம்புல்' காமம் என்கிறார் அப்பாட்டனார். (ஆர்வப்படுகிறவர்கள் காமம் காமம் எனத் தொடங்கும் அப்பாடலைத் தேடிப்படித்து பரவசமடையலாம்). 'உன் வாய்நீர் பருகும்போது பருவம் உடல் மின்னத் தொடங்கியிருக்கும் தாவர மகளே உனக்கென் காமம் சமர்ப்பணம்' என்பவருக்கு செம்பருத்திபூக்கள் முலைகளாகவும் முலைகள் மலரென்றும் தோன்றுகிறது. 'இரட்டை இளவரசி'களாக வளர்ந்த அச்சிறு மிகளை மிஸ் ரைட், மிஸ் லெப்ட் எனப் பெயரிட்டு ஒரு தந்தையாக ஆதுரத்துடன் கோதவும் முடிகிறது.

'உணவுக்கும் வாழ்தலுக்குமான சாகசமாகவே' இன்று ஒருவன் பொருள் மட்டும் ஈட்டும் பொருளற்ற உழைப்பிற்குத் தன்னை ஈடுகொடுக்க வேண்டியுள்ளது. அவன் கவிஞனாயிருந்தால்தான் என்ன? அதன் நுகத்தடிக்கு அவன் தலையை வளைந்து

கொடுத்தே ஆகவேண்டும். அதன் வலி சில நேரங்களில் பகடியெனும் கூர்மை மிக்க அம்புகளைக் கவிதைகளாக எய்து கிறது. பணியைவிடவும் பணிக்கான நேர்காணல்கள் கொடுந் துயரமானவை. நெடுநாட்களாக வரவேற்பறையிலேயே தங்கி விட்டதாய்' காத்திருந்து வாஷிங்மெஷினில் துணி துவைக்கும் பணியைப் பெறுபவனின் நாட்கள் ஒரு அரசனுடையதைப் போலக் கழிவதாயும், சிங்கத்துக்குப் பல் துலக்கும் வேலை யில் அமர்ந்தவன் தன் பணியின் இயலாமை குறித்த புகாரை பக்கத்துக் கூண்டுப் பறவைகளிடம் கூறுவதுமான சித்த ரிப்பை அவலம் என்பதா? எள்ளல் என்பதா? ஆனால் அத்த கையவனைக் கடவுள் ஒருநாளும் கைவிடுவதில்லை. (உங்களை அமரச்செய்ய இருக்கை இல்லை, மன்னிக்கவும் எனக்கூறி அவனோடு தரையில் அமர்ந்து நேர்காணல் நிகழ்த்துபவர் கடவுளாகத்தான் இருக்கமுடியும்). குப்பையிலிருந்து கவிதை களைச் சேகரிக்கும் ஒரு மகத்தான பணியை வேறு யாரால் வழங்கமுடியும். இத்தகைய சுய மற்றும் சமூக விமர்சனங்களைப் பகடியாக மொழிதலும் அதற்கான உத்தியை வாழ்வின் துயர அனுபவங்களிலிருந்து கண்டடைந்ததும் ஷங்கர் கவிதைகளின் பலம். அதனால்தான் சீரியது மற்றும் அதற்கு நேரெதிரான கிண்டல் என வெளிப்படும் இரு தன்மைகளிலும் அவை ஜெயிக்கின்றன.

இலக்கிய ஆளுமைகளோடு அல்லது பிரதிகளோடு முற்றுந் தோய்ந்த பித்திலிருந்து தன் கவிதைகளை மூலங்களாகத் தோற்றுவித்தத் தனி பாணியையும் இவர் வளர்த்தெடுக்கிறார். புராணக் கிருஷ்ணனிலிருந்து கோபி கிருஷ்ணனுக்கு நீளும் தொடர்கவிதைகள் நெகிழ்ச்சியையும் உன்னதத் தன்மையையும் எட்டுகின்றன. பிரதிகள் மற்றும் குணாம்சங்கள் சார்ந்த, ஈர்ப்பின் அடையாள வெளிப்பாடுகளாக ஆத்மாநாம், மார்க்வெஸ், கால் வினோ, விக்ரமாதித்யன், சாப்ளின், ஜிம்கார்ப்பெட், மைக்கேல் ஜாக்சன் என ஓர் அகன்ற புனைவுவெளியின் குறியீடுகளாக உள்ளுறைந்துள்ளனர். இத்தன்மை இயற்கையில் எதிர்கொண்ட பிராணிகள் மற்றும் பறவைகளை தம் கவிதைகளில் அவர் சுவீகரித்துக் கொண்ட அளவிற்கு இயல்பானதே.

இன்று அரசியல் கவிதைகளுக்கு ஒரு 'மோஸ்தர்' உருவாகி யிருக்கிறது. இளம் கவிஞர்கள் அதற்காக மேடைகளில் சூளுரைக்கின்றனர். அதை ஒரு 'ட்ரெண்ட்' ஆகவோ 'பேஷன்'

ஆகவோ மாற்றுகிறார்கள். உண்மையான கவியுள்ளத்திற்கு அரசியலை எழுத சமூக அக்கறை வேஷங்கள் எதுவும் தேவை யிருப்பதில்லை. அது உரிய சந்தர்ப்பத்தைத் தவறவிடாமல் பயன்படுத்திக்கொள்ள தயாராகவே இருக்கிறது. நீதிபதியின் 'ஒரு நாள்' கவிதையை எழுதிய கவிஞனின் கைக்கு விசேஷப் பயிற்சிகள் தேவையில்லை. உலக நடப்புக்களின் உடனடி அறிவோ, வரலாற்று ஆய்வுகளின் பாடங்களோ தராத ஒரு உணர்ச்சிப் பெருக்கை, கவித்துவ எழுச்சியை எங்கோ ஓர் மூலையில் கண்ணுக்கு அரிதாகப் புலப்படும் ஒரு சிறிய வஸ்து அவனுக்கு அள்ளி வழங்கக்கூடும். அதை கவிதைப்படுத்துவதன் மூலம் கவிஞன் அவனளவிற்கு வாழ்க்கையைப் புதிதாக அர்த்தப்படுத்தும் அரிய செயலை செய்துவிடுகிறான். தூக்கி யெறிந்த தெர்மாகோல் அட்டையோ, கைவிடப்பட்ட வில் வண்டியோ, பயன்பாடற்ற ஷூ ஜோடியோ, அவனளவில் முக்கியத்துவம் பெறுகின்றன. அதே அளவில் தரிசனத்தை தந்துவிடக்கூடும். 'இங்கே ஒரு கவிதை தொடங்கவில்லையா, இங்கே ஒரு நாடகம் தொடங்கவில்லையா, இங்கே அனைத்தும் தொடங்கவில்லையா நண்பர்களே' என்ற தீர்க்கமான வினவு தலில் இந்த உலகம் என்கிற கண்ணாடித் தொட்டியின் மொத்த அரசியலையும் பேசும் ஓர் ஆழ்ந்த குரல் அவனிடமிருந்தே ஒலிக்கும். அவனுக்கும் வன்மங்கள் உண்டுதான். அதை பலூனில் ஒரு கோடாரி செய்து காற்றாய் நிரப்பிக்கொள்கிறான். வன்மங்கள் யார்மீதும் பாய்வதில்லை. மாறாக வானில் பறக்க துணைபுரிகின்றன.

ஒரு அவநம்பிக்கைவாதியைப்போல தோற்றம் தரும் தன்மை அவனுக்கு உண்டு. அப்படியே இருப்பினும் அதுவொரு வரம்தான். அவநம்பிக்கை ஒரு கவிஞனை மேலும் கவி ஞனாக்குகிறது. உரத்தக் குரலில் பொதுப் பிரச்சினைகளைப் பேசும் நம்பிக்கை நாயகர்கள் வெகுசீக்கிரத்திலேயே அதிகாரத் தளத்திற்கு வந்துவிடுகின்றனர். அவர்கள் குறிக்கோள் நபர் சார்ந்த வளர்ச்சி. ஆனால் இதிலெல்லாம் நேரிடையாக ஈடுபடாத ஒரு கவிஞன் என்றென்றும் நுண்ணிய வாசகனோடு பிரதிபாற்பட்ட தொடர்பில் இருக்கவே பிரியப்படுவான். அவனை சிதையிலிட்டு எரித்தாலும் சின்னஞ்சிறு குருவியாவேன்; குதிரையாவேன் என பிரகடனப்படுத்துவான். ஒரு சமூகம் அவனைத் தனிமைப்

படுத்தினாலும் அவன் ஒரு தூணாக நிற்பான். அவனே ஒரு செவ்வியல் பிரதியாகவும் உருமாற்றமடைவான். அப்போது அவன் வார்த்தைகள் பலரையும் தைக்கத் தொடங்கியிருக்கும். அவனை நேசிக்கப் பலரும் தூண்டப்பெற்றிருப்பார்கள். பின் பற்றவும் ஒரு புதிய தலைமுறை உருவாகியிருக்கும். அதனால் இப்போதே நான் சொல்வேன். ஷங்கர்ராமசுப்ரமணியன் எனக்கு நண்பன்.

அகத்தை நொறுக்கியெடுக்கும் ஆய்வும் வியப்பும்:
ஓர் இளம் கவிஞனின் உருவாக்கத்தில்

(ராகுலனின் 'கடவுளின் கடவுள்' முன்னுரை)

மிக நீண்ட பாரம்பரியம் உடைய தமிழ்க்கவிதை நிலம் இன்றும் அதே இயல்பும் ஈர்ப்பும்மிக்கக் கவிதைகளை வீர்யத்துடன் வெளிப்படுத்திக் கொண்டிருக்கிறது. கடந்து வந்த காலமும், வகை வடிவங்களும் பொருண்மைகளும் பிரம்மிப்பூட்டும்படியான மாற்றங்களைக் கண்டவை.

அத்தகைய மாற்றங்களாலும் கால நீட்சியாலும் அதன் மொழி நரம்புகள் வைரம்பாய்ந்த விருட்சங்களாக வலிமை பெற்றிருக்கின்றன. இதைத் தொன்மை, இன்றைய புதுமைக்கு அளித்த சந்ததிக் கொடையாகவே கொள்ள வேண்டும். அத்தகைய பண்பட்ட ஒரு நிலத்தில்தான் அபூர்வமான தன் (க)விதைக் கூடையையும் கொண்டு வந்து இறக்குகிறான் ஓர் இளம் கவிஞன். சங்கப்பலகை தகுதியானக் கவிஞனுக்குச் சற்றே அகன்று இடந்தந்ததைப் போன்றே இன்றைய இளங்கவிஞனுக்கும் தமிழ்க்கவிதையுலகு தாராளமாகவே கதவைத் திறந்து வைத்திருக்கிறது.

இன்றைய இளம்கவிஞர்களை முறையாகத் தமிழ்ப் பயின்று வந்தவர்கள் எனச் சொல்லிவிட முடியாது. ஒருவகையில் இளம் கவிஞன் தான்தோன்றி. இலக்கிய உலகம் அவனுக்கு எதேச்சையாகவே அறிமுகமாகிறது. திட்டமிடாத ஒரு பயணத்தில்தான் இவ்வுலகுக்குள் அவன் பிரவேசிக்கிறான். எதிர்பாராமல் தட்டுப்படும் ஒரு கவிதைக் கனி தன் சுவை நாவால் அவனைச் சுழற்றி உள்ளிழுத்து கொள்கிறது. எந்தக் கவிதை அவனை ஈர்க்கிறதோ அதே கவிதைதான் அவனுக்கு வழி காட்டியாகவும் மாறுகிறது. கவிதையியலின் அத்தனை நுட்பங்களையும் குருவாக இருந்து அதுவே கற்பிக்கவும் செய்கிறது.

மரபும் பெருமையும்மிக்க வளமான பழந்தமிழ் இலக்கியங்களைப் பேணிக்காப்பதான பாவனையில் இன்றைய கல்விப் புலங்களும்

இலக்கியக்கலையைக் கற்பிக்கவே செய்கின்றன. அதன் நோக்கம் கலையை அறியச் செய்வதாய் இல்லை, சடங்கார்த்தமாகக் கருத்துகளையே முன்னிறுத்துகின்றன. அதனால்தான் அங்கிருந்து வெளிவரும் மாணவர்களின் முகங்களில் 'அறிஞர்' அரிதாரம் தூக்கலாகவே துலங்குவதுண்டு. அத்தகைய கல்விப் புலங்களிலிருந்தும் தட்டுத் தடுமாறி என்னைப்போன்றும் மிகச் சிலர் சீரிய இலக்கிய உலகை அடையாளம் காண்கின்றனர். ஆனாலும் என் கவித்துவப் பார்வையைச் கூர்மைப்படுத்தியதில் சிறுபங்கும் கல்விப்புலத்திற்கு உண்டென ஒருபோதும் நான் ஒப்புக்கொள்ள மாட்டேன்.

இவற்றை இங்குக் கூறவேண்டியதன் அவசியம் இக்கவிதை நூலின் ஆசிரியர் ஒரு தமிழ் இலக்கிய மாணவர் என்பதால்தான். இக்கவிதைகளை வாசித்துப் பார்ப்பவர் முதலில் இக்கவிதைகளின் மொழி ஒரு தமிழ் மாணவருடையது அல்ல என அடையாளம் காண்பார். ஏனெனில் பாடத்திட்டத்திலோ அல்லது தமிழ் இலக்கிய வரலாற்றில் பேராசிரியர்களால் குறிப்பிடப் பெற்றிருக்கும் கவிஞர்களின் கவிதைகளிலோ இம்மொழியைக் கண்டிருக்கவே முடியாது. கல்விப் புலங்களுக்கு வெளியில் இயங்குவதான சிறு பத்திரிக்கை சார்ந்த செயல்பாடுகளும் சிறு அமைப்புகளுமே இன்றைய இளம்வாசகன் ஒருவன் தன்னைக் கண்டறிந்து கொள்ளவும், அவனைக் கவிஞனாக முழுமையாக்குவதான அரிய பணியையும் ஆற்றுகின்றன. இத்தொகுப்பின் பின்புலத்திலும் அத்தகைய ஓர் உள்ளார்ந்த உத்வேகம் செஞ்சி குறிஞ்சி வட்டம் அமைப்பாலும், அதன் ஆதாரமான நறுமுகை ஜெ.ராதாகிருஷ்ணனாலும் பெறப்பட்டதாகவே எண்ணுகிறேன்.

பொதுவாகவே புதியதாக அறிமுகமாகும் இளங்கவிஞர்களின் கவிதைகளில் 'காதல்' மிக அடிப்படையான விஷயமாக இருப்பதுண்டு. ஏனெனில் தெரிந்தோ தெரியாமலோ அவ்வுணர்வு படைப்பு மனத்துடன் நெருங்கிய தொடர்பு உடையதாகவே இருக்கிறது. அதன் வழியாகவே பெரும்பான்மையான இளம் கவிஞர்கள் தம் படைப்பு மொழியைப் பயில்வதும் உண்டு. சிலர் இத்துடன் சமகால சமூகப் பிரச்சனைகளையும் பேசுவதுண்டு. ஆனால் இவற்றை முழுமையாக நிராகரித்த வேறுவகையான

தேடல்களில் தம் கவனத்தைக் குவித்துள்ள கவிமனமாக இராகுலன் அடையாளப்படுகிறார். உணர்வுத் தளத்தை மறு தலித்த சிந்தனைத் தளத்தையே இவர்தம் இயங்குதளமாகக் கொண்டிருப்பதும் தெரிகிறது.

புதியதாகக் கவிதைகளையும் அவற்றுக்கான மொழியையும் அடையப்பெறும் இளங்கவிஞர்களிடம் ஓர் உற்சாகம் ஏற்படு வதுண்டு. அது தான் காண்பதையெல்லாம் அல்லது சிந்திப் பதையெல்லாம் கவிதையாகவே காணும் வேட்கை கொண்டது. அத்தகையதொரு வேட்கை இவரிடத்திலும் உண்டு. தவிர இத்தகைய கவிமனம் அன்றாட வாழ்வியல் நிகழ்வுகளை அற்ப விஷயங்களாகப் புறக்கணிக்கவும் செய்யும். மாற்றாக வாழ்வு குறித்தத் தீவிரமான தன் எண்ணங்களையே கவிதையாக்க விழையும். அத்தகைய தீவிரமான தத்துவார்த்தமான மொழி தலையுமே அது கவிதைகளாக ஆக்கியும் கொள்கிறது. இவ் வகையான தன்முனைப்பு இராகுலனிடத்திலும் மிகை யாகவே இருக்கிறது.

சிந்திக்கத் தொடங்கும் ஓர் இளம் மனம் தனது மீறலைக் கடவுளிலிருந்தே ஆரம்பிக்கின்றது. கவிதையை விரும்பும் படைப்பு மனமும் அதைத் தம் கவிப்பொருளாகக் கொள்வதில் வியப்பிருக்க முடியாது. ஏனெனில் தமிழ்ச் சூழலில் மிக முக்கியமான தொடர்ந்த பாடுபொருளாகக் கடவுள் இருந்து வருகிறார். கடவுளின் கடவுள், எனக்கும் கடவுளுக்கும் சண்டை என்றெல்லாம் இராகுலன் இத்தொகுப்பில் புதுமையாகக் கட வுளை அணுகுகிறார். அதிகமாகச் சொற்களோடு புழங்குவதால் சொற்களைக் குறித்துமே கவிதைகளில் யோசிக்கிறார். வாழ் வைச் சிந்திப்பவன் அதன் சரடில் அபத்தத்தை உணர்ந்தே ஆவான். அவ்வபத்த மனநிலையின் அழுத்தமான கீறல் தற் கொலை எண்ணம். அதைச் சொற்களில் சிறைப்பிடித்துக் காட்சிப் பொருளாக்கிவிடும் கவிஞனால் அதிலிருந்து எளிதாக நழுவிவிட முடியும். கவிதை இன்னும் உறுதி பெறும். தன் கனவை, வாழ்வை, உலகத்தை, நிர்வாணத்தை, நிழலை, ஆசையை, காலத்தை, நினைவை, முதுமையை என மேலும் பரந்துபட்டு இயங்கும் சிந்தனைப் பார்வையைத் தன் முதல் தொகுப்பிலேயே கொண்டிருக்கும் இராகுலன் அடுத்தடுத்த

தொகுப்புகளில் தன்னை எவ்வாறு விஸ்தரிக்கப்போகிறார் என்பது எதிர்பார்ப்பாகிறது. என்னைப் பொறுத்தமட்டில் ஒரு கவிஞன் விசாலப் பார்வையைக் காட்டிலும் நுண்ணியப் பார்வையையே பிரதானமாகக் கொள்ள வேண்டும்.

அத்தகைய நுணுக்க அனுபவங்களை தம் அன்றாட வாழ்வியலின் தருணங்களிலிருந்தே அவன் பெற்றுக் கொள்ளும்போது கவிதை, வாழ்க்கையை இன்னும் அர்த்தப்படுத்தவும் அதன் வழியே மேலும் அது அர்த்தப்படவும் செய்கிறது.

இவ்வாறு சாதகமான பலவற்றைக் கொண்டிருக்கும் இத்தொகுப்பு இராகுலனின் தவிர்க்கமுடியாத சில கவிதைகளின் வார்த்தை ஜாலத் தன்மையினால் சற்றே பலவீனமடைந்துள்ளது. அது – இதுவென்றோ, சில – பலவாகவோ, தெரிந்தது – தெரியாதது எனவோ, இவர்கள் – அவர்கள் என்பதாகவோ சொற்களின் எதிர்வு கன்னியில் சிக்கிக் கொண்டதாக தொகுப்பின் பல கவிதைகள் வெறும் சொற்கூட்டமாக உள்ளன. இவை போன்ற கவிதைகளில் உலகப் பொருள்களில் எவற்றையேனும் பொருத்தி வாசிக்கும் சுதந்திரம் உண்டெனினும் அவற்றின் எல்லை-யின்மையால் பகடிக்குள்ளாகும் நிலையும் ஏற்படலாம்.

ஒரு கவிஞன் வெற்றிகரமான சிந்தனையை சிந்தித்திருக்கலாம். ஆனால் அதை எவ்வாறு கவிதை யாக்குகிறான் என்பதில்தான் கவிதையின் வெற்றி உள்ளது. கவிதையின் வெற்றி புதிய சிந்தனையிலோ, பொருளிலோ என்பதைக்காட்டிலும் புதிய சொல்முறையில் நிகழக் கூடியது. அத்தகைய கவித்துவத் தன்மையை முழுமையாக அடையாளம் காணும்போதே ஒரு கவிஞனின் முதல் காலடியும் தொடங்குகிறது.

இத்தனை இளம் வயதில் இத்தகைய கவிதைகளை எழுதிப் பார்த்ததோடு வெளியிடவும் செய்கின்ற இவரது ஆர்வம் சற்றும் குன்றாமல் தமிழ்க் கவிதையின் அடுத்த கட்டத்தையும் தொட்டு நிலைபெற வேண்டும்.

அலைக்கழிப்பு மனந்திரிந்த நிலப்பரப்பு: இருமைகளில் ஊடாடும் சூரர்பதி கவிதைகள்

(பரிக்கால் பள்ளம் முன்னுரை)

“சூரர்பதி கவிதைகள்” முதல் தொகுப்புக்கு எழுதத் தயங்கிய முன்னுரை இந்த இரண்டாவது தொகுப்பில் நிறைவுற்றிருக்கிறது. இரண்டுக்குமிடையே இருந்த இடைவெளியில் சூரர்பதி தம் கவிதைகளின் வழி என்னை நெருங்கி வந்துள்ளார். சற்று விலகல் காட்டிய முதல் தொகுப்புக் கவிதைகள் வாசகப்பரப்பில் கவனத்தைப் பெற்றிருக்கின்றன. ஒரு சில எளிய கவிதைகள் தவிர்த்துப் படிமப் பிரயோகமாகக் பலவற்றைப் பாவித்ததனால் மொழியில் நிகழ்ந்திருந்த அவர் கவிதைகளின் திணறல் மூச்சு அன்று என்னை முட்டியிருந்தது. நான் என் ஒவ்வாமையையும் அவர் போதாமையையும் பிணைத்துக்கொண்டு ஆர்வம் காட்டாததைச் சவாலாக ஏற்றதுபோல் முதல் தொகுப்புக்குப் பின்பான கவிதைகளில் பெரும்பான்மையை அவை எழுதப் பட்டத் தருணங்களிலேயே எனக்கு அனுப்பித் தந்தவராக இருந்தார். தேர்ந்து கொண்ட பொருண்மையிலும் அதற்கேற்ற சொல்முறையிலும் மெருகேறிக்கொண்டு வந்தவற்றை இதோ ஒருங்கே காண்கிற சமயமும் நிகழ்ந்திருக்கிறது.

தொண்ணூறுகளில் திரண்டு வந்த இளங்கவிஞர் பட்டாளம் ஒன்று தமிழ்க் கவிதையுலகுக்கு ஒரு புது உத்வேகத்தை வழங்கியது. போன்றே இருபதுகளின் கவிஞர்கள் என பின் னாளில் குறிப்பிடக்கூடிய சாத்தியத்தை ஏற்படுத்துமாறு நம்பிக் கையளிக்கும் ஒரு குழு இப்போது உருவாகிக்கொண்டுள்ளது. அந்தக் குழுவில் சூரர்பதி தவிர்க்க முடியாத ஒரு கவியாளுமையாகத் திகழ்வார்.

அவர்களிலிருந்தும் தனித்த ஒரு அடையாளம் பெறும் விதமாய் இவரது கவிதைகள் சுய அனுபவத்திலும் நிலப்பரப்பிலும் கவனம் கொண்டுள்ளவை. தருமபுரி மண்ணில் கவிஞர் பிரம்மராஜனின் நேரடிப் பார்வையில் வளர்ந்தவர்கள் இவரும் பிரதாப ருத்ரனும். பிரதாபன் பிரம்மராஜன் கவிதைப் பாணியைத் தொடர இவர் அதிலிருந்து நெகிழ்ந்த ஒரு வடிவத்தைத் தேர்ந்து கொண்டவர்.

இன்று கவிதை ஓர் உற்பத்திக் கலைப் பொருளாய் சுயமோ அக அனுபவமோ சாராத உத்திகளுக்கும் வித்தைகளுக்கும் ஆட்பட்டுப் பெருகிவரும் சூழலில் பின்நவீனத்துவத்துவ தேவையையெல்லாம் பொருட்படுத்தாது படைப்பூக்கத்தை மட்டுமே ஆதாரமாகக் கொண்டு நவீனத்துவத்தின் போதாமைக்கே திரும்புமாறு இவர் கவிதைகள் அக்கறை கொண்டுள்ளதைக் கூறவேண்டும்.

இருத்தலியல் காலத்ததான மனக்கிலேசமுற்றுச் சிந்தனையில் அலைக்கழியும் ஓர் அழகியல் வயப்பட்ட ஆன்மாவை இவர் கவிதைகளின் வழியே மீள் தரிசனம் கொள்கிறோம். மனித இருத்தல் என்பது உள்ளவரை அது சார்ந்த விசாரங்களும் விளைந்து கொண்டேதான் இருக்கும். வாழ்க்கை, அது சார்ந்து தாமே உருவாக்கிக்கொள்ளும் மனநெருக்கடிகள், நெருக்கடிகளிலிருந்து மீள புதிய நெருக்கடிகளின் இறுக்குதலில் சிக்கிக் கொள்ளல், நினைவுகளின் குற்றவுணர்ச்சியைப் பகிர்வதன்வழி களைய முயல்தல், கண்டனவற்றிலிருந்து காணாததை நுணுகி நோக்குதல், அதன்வழி தன் இருப்பின் பொருள்- பொருளின்மையை அளவிடுதல், புரிந்துகொண்ட அபத்தங்களினின்றும் மீள முயற்சித்தவாறே இன்னும் ஆழவீழ்தல் போன்ற அனுபவங்களைக் கவிதைகள் பொதிந்துவைத்துள்ளன.

கவிஞன் எவ்வாறு தன் மனப்பரப்பின் எழுச்சி வீழ்ச்சிகளைப் பொருட்படுத்துவதன் சாட்சியங்களைத் தன் படைப்புக்குள் அக அனுபவமாக இறக்கிவைக்கும் தேவையைக் கொண்டிருக்கிறானோ அதே அளவுக்கு தாம் உழலும் சமூகத்தையும், பூலோகப் பரப்பையும் பதியும் கடமைப்பாட்டையும் கொண்டவனாகிறான். இந்த கவிதாம்சம் தமிழ்க் கவிஞன் ஒருவனுக்குத் தம் சங்கக்கால கவிதையாக்க ஆதியுணர்வின் பாற்பட்டதாகக் கொள்ளலாம். அகன்ஐந்திணை முதற்பொருளில் நிலமும் பொழுதும் ஐக்கியமாகி அக்கியா வசியப் பட்டிருந்ததைப்போலவே இன்றைய கவிதைகளுக்கும் அவை அவசியப்படவே செய்கின்றன. கோட்பாட்டில் புறம் என்பது போர், வீரம், புகழ், பெருமை என கொண்டிருந்த தன்மை இப்போதில் சமூகம், வாழிடம் என்பதாகத் திணை மயக்கம் கொண்டு விட்டதை அறியவே செய்கிறோம்.

அதியனும் ஔவையும் உலவியிருந்த நிலத்திலிருந்து உருவான ஓர் நவீன மனம் வரலாற்றின் ஓர்மையை நனவிலியிலிருந்து மீட்டுத் தரும் தருணத்தை ஒரு கவிதையில் பெறுகிறோம். 'பரிகால் பள்ளம்' என்ற அக்கவிதையைத் தொகுப்பின் சிறந்த கவிதைகளுள் ஒன்றாக வாசக மனம் தேர்ந்து கொள்ளும். பசி கண்களை மிழற்ற புளியமரத்தடி இருளில் சுருண்டு கிடக்கும் ஒருவன் தன்னைக் கடக்கும் பகட்டாரவாரம் மிக்க வெறிகொண்ட படையின் ஒரு ஜோடிக் கண்கள் தன்னுடையதாகவே கண்ணீர் சிந்துவதான வரலாற்றிலிருந்து திரும்பிய ஒரு திசைக்குழப்ப அனுபவத்தை முன்வைத்து வரலாற்றின் பெருமிதமும் நடப் பின் அவலமும் ஒருங்கே கைக்கோர்க்கும் பிரக்ஞையைக் கொண்டிருக்கும் கவிதை.

"சீரான காலடியோசை நெஞ்சில் ஏறி மிதிப்பதுபோல் படை பரிவாரங்களை நடத்திக்கொண்டுவருகிறான் அதியன்"

என கவிதையில் அதியன் நேரிடையாகவே இடம்பெறினும் பிறிதொரு கவிதையில் சாலையோர நிறுத்தத்தில் யாரென்று தெரியாத தனக்குத்தானே சிரித்துக்கொண்டு நிற்கும் வயதான தோற்றத்து இளம்பெண்ணொருத்தியைப் பல நூற்றாண்டுகளின் வழிவழி வந்தவளாக இருக்கலாம் என கவிஞர் யூகிக்கும்போது சட்டென்று நம் மனம் ஔவையைப் பற்றிக்கொள்கிறது.

'பரிக்கால் பள்ளம்' போன்றே 'கொலைக்காரக் கை' எனும் கவிதையிலும் கனவுத்தன்மையும் அதனாலான அச்சமும் பொருண்மையாகி உள்ளன. வரலாற்றில் நிகழ்ந்ததான முன்னதில் வரலாற்றுப் படைவீரர் கண்களில் ஒரு ஜோடிக்கண்களை தன்னுடையதாக உணரும் கவிஞர், சமகால வன்முறையைப் பகிரும் பின்னதில் தன் மீது வெட்டி வீசப்பட்ட கையொன்றை தன்னுடையதாய் உணரும் அம்சத்தால் ஓர் இணைப்பிரதியாய் உருவாக்கியுள்ளதைக் கவனிக்கலாம்.

பொதுவாக கவிதைகள் அவற்றைப் படைத்தவனின் மனம் வாழ்நிலையில் உழன்ற தருணங்களையும் அவை விளையும் இடங்களையும் விளைவிக்கும் சில பாத்திரங்களையும்கூட முன்வைக்கின்றன. நாள்தோறும் ஆயிரமாயிரம் விஷயங்களை எதிர்கொண்டு அவன் கடந்து மீண்டான் எனினும் அவன் வசம் அகப்பட்டவை சிற்சில விஷயங்கள்; இவையே அவனது

பிரயாணத்தில் சேகரித்துக்கொண்ட கலையாக்கங்கள்; சாட்சி யங்கள். இவற்றைத் தவிர்த்து அவனே விரும்பியிருப்பினும் அடையமுடியாதிருந்த அபூர்வங்கள். முதல் தொகுப்புக்குப்பின் இந்த மூன்று நான்கு ஆண்டுகளில் சூரர்பதியின் கவிதான்மா அகமாயும் புறமாயும் நல்லதுக்கும் அல்லதுக்குமிடையே அலைவுற்று அடைந்த இவற்றைத் தவிர்த்து அவரே விரும்பி-யிருப்பினும் வேறானவற்றைப் பெற்றிருக்க முடியாது. கற்பனைக் குதிரையைத் தட்டிவிட்டு புகழையும் பரிசையும் பறிக்கப் புறப்படுவோரின் கதை வேறு. இவை கலைவெறிகொண்டு சித்தம் சிதைய தன்னையே வதை செய்து உழன்ற மன நிலையின் உருவாக்கங்கள். தனிப்பட்டவை எனினும் கூட தனித்துவமானவை.

வரலாற்றுக் காலத்திலிருந்து சமகாலம் வரை, பால்யத்திலிருந்து நடப்புக்காலம் வரை, குற்றமனப்பான்மையிலிருந்து காருண்ய மனோநிலை வரை, நிலப்பரப்பிலிருந்து பிரபஞ்சவெளி வரை, அகவுணர்வு முதல் புற அனுபவங்கள் வரையிலுமாக சூரர்பதியின் கவிதைகள் ஊடாடுகின்றன.

"சிகரங்களில் வாழ்பவை லட்சியங்கள்
குடற்புண் வாய்நாற்றம் போல
அன்றாடம் நம்முடன் உறைபவை யதார்த்தங்கள்"

என லட்சிய வாழ்வையும் யதார்த்தத்தையும் கூட 'எனது சபதங்கள்' கவிதையில் சிந்திக்கிறர். வெளிப்பாட்டைக் காட்சிப் படுத்தும் திறனோடு கலை நகாசும் இணையும்போது தமிழுக்குத் தகடூர் நாட்டிலிருந்து ஒரு புதிய குரல் கிடைக்கிறது.

இவரது கவிப்பார்வைத் தம் நிலவெளியின் மொழியை ஆராய்கின்றது (ஆகுபெயர், தொல்காப்பியர்க்கு ஒரு விண்ணப்பம்). மட்டுமின்றி கவிதைகளினூடாக ஐந்திணையில் குறிக்கப்பெற்றன போன்றே கருப்பொருளையும் கருத்தில் கொள்கின்றது. திணையென்று பேச்சுவரின் பாலைதான் பிரதானம். நேரிடையாகவே பிரிவின் அவல அனுபவத்தைப் பகிரும் ஒரு கவிதை "இனி". உரிப்பொருளும் பிரிதலும் பிரிதல் நிமித்தமும்தான். அதனால் வெம்மையின் நிறமும் வெயிலின் தடமும் தொகுப்பில் பரவி வரவே செய்துள்ளன.

"அங்கே பசுவும் கன்றும் ஆடுமாடுகளும் மேய
இடையன் ஒருவன்
மெல்ல நகரும் பனைமர நிழலின் தனிமையில் அமர்ந்து
வெயிலை வெறித்தபடி..."

(ஒரு சிறு கல்)

"வெயிலோனின் கொடுங்கதிர்கள் வெய்யத் தொடங்க
எங்கோ ஒரு குக்கூ தலையில் அரிப்பென நசநசக்க
காய்ந்த பனைமட்டை நரைதாடி
கோடையை அலங்கரிக்கும் சில்வண்டின் குரல்
நெருங்கியும் விலகி நிற்கும் செவியினை அறுக்கும்
கூர்முனை மர்மம்
எங்கோ ஹாலா பிரிக்ஸ் பொட்டித்தட்டும் சப்தம்"

(கோடையின் சிம்பொனி)

"நானோ கிழக்கின் கோபுரமுமில்லை
வடக்கின் ஓடையுமில்லை
சாதாரணன்
எனை ஆட்கொள்ள வந்தாய்
புளியம் இலையுதிர்க்கும் மாக்கோடை
அம்மரக்கிளையோடு தலைகீழாக நடந்தேன்
தவிட்டுச் சூரியனே
கல் மண் செடி கொடியெலாம் புதிராக உருக்கொள்ள
செவ்வெருக்கும் நுணாவும் பித்தம் கொள்ள"

(என்னைப் பலிகொடுத்த...)

"பன்னெடுங்காலமாக விதிக்கப்பட்டிருப்பது
இந்தப் பாதை தான்
எனக்கும் இந்தச் சூரியனுக்கும்
சத்தியத்தைத் தேடும் பாதையற்ற பயணமில்லை
... ...
எதையும் பிரசவிக்காத நிலங்களின் மௌனம் திகைப்பூட்ட
காலை முதல் மாலைவரை
மலைகளைக் கலைத்து அடுக்குகிறேன்

எருக்கிலையில் ஒளிந்திருக்கும் சீமத்தம்
வண்டுகளைத் தவிர
வழியெங்கும் இறைந்து ஒலிக்கும் சீத்தளாங்குருவிகளைத்
தவிர
ஆறுதலாய் முளைத்துள்ள புற்களைத் தவிர
... ...
அன்றாடங்களை அன்றாடங்களே அன்றாடமும்
உற்பவிக்குமிந்த
சூரியனைத் துணைக்கழைத்து''

(வலசை)

என்றெல்லாம் தம் நிலப்பரப்பின் தகிப்பையும் இடம் சார்ந்த நுண்விபரங்களையும் அழகியலோடு எழுதிப்பார்த்திருக்கிறார்.

இவருக்கு 'தியான'த்தில் நான்கு பொருட்கள் விளைகின்றன எனின் போதைக்குப் பருகும் 'பியரி'லும் இரண்டு கனவுகள் பொங்குகின்றன. இவரது மனவோட்டம் மேன்மைக்குக்கும் கீழ்மைக்கும் இடையே அல்லது அதுபோல ஏதேனும் இரு மையின் எதிர்வுகளில் ஊடாடுகின்றது. எனினும் கவிதைகள் இவை இரண்டையும் சமமாய் பாவிக்கின்றன என்பதே அதன் பலம். சிறு பறவையை வேட்டையாடியவன் மனசாட்சியின் மன்றாடலில் அதை விடுவிக்கும் மேலான பரிவுணர்வை 'ஜிம்கார்பெட் வெறுத்த ஆகா[illegible]டி'யில் வெளிப் படுத்துகிறவர்தாம், 'பித்ருக்கள்' கவிதையில் விபத்தில் இளம் மகனைப் பறிகொடுத்ததனால் பறவைகளிடம் பரிவு காட்டும் கறிக்கடைக்காரர் பெருமூச்சுக்குப் பின் அன்றாடங்களின் கோழித்தலைகளைத் திருகப் போய்விடுவதை எழுதிக் காட்டு கிறார். 'ஒரு சிறு கல்'லில் பெரும்பூமியைத் தரிசிக்கும் பார்வையே, 'யோனி-உலகின் நுழைவாயிலே' கவிதையில் சாயலில் காணும் சிலவற்றை யோனியோடு பொருத்திப் பார்க்கவும் செய்கிறது. பயண அனுபவப் பதிவுகளிலும், வடக் கின் 'பூரி ஜெகந்நாத'ரை தேடிப்போயும் கருவறையிலுள்ள அவனைத் தேடாத மனம், தெற்கின் 'அகத்தியர் மலை'யில் இருளின் இதயத்துடிப்புகளாய், இருளில் மொய்க்கும் கண் களால் நட்சத்திரங்களைத் தரிசிக்கிறது. அதிகாலை வானின் நட்சத்திரங்கள் சிலந்தியின் வலையில் சிக்கிக்கொண்ட

பனித்துளியாய் மறைவதைக் காணும் அழகியல் பார்வைதான் சிகரெட் துண்டுகளும் பீடியும் காலி தீப்பெட்டிகளும் உலர்ந்த நிரோத் உரைகளும் பொருக்குத் தட்டும் காய்ந்த மலங்களையும் கொண்ட 'தெய்வீகப் பிரதேச'த்தின் அருவருப்பு அழகியலையும் முன்வைக்கிறது. உடற்பயிற்சிக்கூடத்தின் மேன்மையைச் சித்திரிக்கும் வேனல் தெருவை எழுதியவர்தாம்,

'தாத்தன் கஞ்சா குடிக்கி
அப்பனுக்குப் பட்டைச் சாராயம்
எனக்கோ கலர்கலரான வேதிச் சாராயம்'

என டாஸ்மாக் கவிதையில் அதன் அவலத்தை அணுகியுள்ளார்.

ஜே. கிருஷ்ணமூர்த்தியைக் கவிதையாகச் சிருஷ்டிக்கிற அதே அக்கறையை, சாணி மெழுகிய தரையில் துழாவி விளக்கேற்றி பாடு கஷ்டங்களுடன் இனிதான் அடுப்புப் பற்றவைக்கவேண்டும் என களையெடுப்பு முடிந்து திரும்பும் உழைக்கும் பெண்களை எழுதவும் காட்டப்பட்டுள்ளது என்பதையும் கவனிக்கலாம்.

பெண்கள் என பேச்சு வரும் இப்போது சில கவிதைகளில் உள்ள பெண்கள் குறித்தான கவிதைசொல்லியின் பகிர்வு குறித்தும் குறிப்பிடத் தோன்றுகிறது. 'வெயில் தகதகக்கும் அம்மத்தியானத்தைச் சொல்வதற்கே கூச்சமாக இருக்கிறது' என தன்னைவிட வயதில் மூத்தப் பெண் குளிப்பதை ஒளிந்திருந்து பார்த்த அனுபவம் ஒரு கவிதையில் பகிரப்பட்டுள்ளது எனில், 'இந்திரியம் திரளும் காலம் உன்னை என் குடிசைக்கு வெளியே காண்பித்தது' எனத் தொடங்கி, 'ருதுவாகா உன்னில் ஆணவத்தின் ஒரு துளி கசிந்ததில் முன்னோர்களின் பாவமாய் கபோதியானேன்' என முடியும் இன்னொரு கவிதை தன்னை விட இளையவளான சிறுமியிடம் ஏற்பட்ட பாலியல் உணர்வு குறித்தாகிறது. இரண்டும் பொருந்தாக்காமம் எனும் பெருந்திணைக்குள் அடங்கி வருவதைத் குறிப்பிடவேண்டும். உள்ளுறைந்த குற்ற மனப்பான்மை கவிதையின் அழகியலாய் வெளிப்பட்டுத் தூய்மை பெற்றுள்ளதற்கான சான்றுகளாகின்றன இக்கவிதைகள்.

இறுதியாகத் தொகுப்பின் சிறந்த வேறு இரண்டு கவிதைகளைப் பற்றியும் குறிப்பிடவேண்டும். இத்தகைய தேர்ந்தெடுப்பு

வாசிப்போர் ஒவ்வொருவருக்கும் அவரவர்களது ரசனை அடிப்படையிலும் கலைப்பார்வை அடிப்படையிலும் ஏன் கோட்பாட்டு ரீதியாகக் கூட வேறுபடலாம். கவிஞரின் சொந்த வாழ்வையும் அறிந்தவன் என்ற முறையில் அவரது உறவு மற்றும் நட்போடு தொடர்புடைய இரண்டு கவிதைகளையே நான் அத்தகையதாகக் கருதுகிறேன். மொழி வசியமும் இசைமையும் கொண்ட "யாப்புக்குள் அடங்கா வாழ்வு" என்ற கவிதையின் தனித்தனி நான்கு அனுபவ அலகுகள் காலை, மதியம், மாலை என தொடர்ச்சிக்கொண்டு இரவு என்ற இறுதிப்பகுதியில் நிறைவுபெற்று ஒரே கவிதையாகத் தொடர்புறும்போது நிறைந்த அனுபவத்தை வழங்கி சிறந்த கவிதையாகிவிடுகிறது. குறிப்பிட்ட நாள்களில் மட்டுமே தன் செல்ல மகளைக் கொஞ்சிப் மகிழ முடியும் என்ற நிர்ப்பந்தால் பிரிந்திருக்கும் தந்தையே கவிதை சொல்லி என்பதே நானறிந்த செய்தி. நாளெல்லாம் அவள் நினைவின் அலைவுறுதலில் சேகரித்த – கேவும் மயிலின் அகவல், அணில் பிள்ளையைக் குதறும் காகம், அந்தரத்தில் ஊசலாடும் சிலந்தி, முள்காட்டில் கைவிடப்பட்ட பூனைக்குட்டி போன்ற படிமங்களாக நாளிறுதியில் மகளிடம் பகிர்வதே கவிதைக்குப் பின்புலம். இவ்வாறே இக்கவிதை என் மனதுக்குகந்த கவிதையாகத் தேர்வாகி விடுகிறது. தவிர உறவு என வரும்போது அவரால் எதிர்மறையாக என்னிடம் பகிரப்பட்ட இன்றில்லாத அவரது தந்தையின் சித்திரங்கள் சில கவிதைகளின் வரிகளில் தன் அழுத்தமான முகத்தைக் காட்டியுள்ளதை வாசிப்பில் உற்று கவனிக்கச் செய்கிறது.

தொகுப்பின் இறுதிக் கவிதையான "வாசனாதிகள்: இறந்தவர் களைப் பார்ப்பதற்கான விநோத வழி" மற்றொரு சிறந்த கவிதை. சூரர்பதிக்கும் எனக்கும் நம்மில் பலருக்கும் நட்பாயும் பகையாயும் இருந்து கடந்த ஆண்டு மறைந்த கவிஞன் பழனிவேள் நினைவில் எழுதப்பெற்றது. கல்குதிரை சமீபத்திய இதழில் அவன் நினைவில் எழுதப்பெற்ற என்னுடைய 'ராயன்' என்ற கவிதையும் நினைவில் வருகிறது. மறைந்தவரின் நினைவில் எழுதப்பெற்று நான் வாசித்த கவிதைகளில் மறக்கவியலாத ஓர் உயர்ந்த கவிதை நாகார்ஜுணனால் மொழிபெயர்க்கப்பட்டு 80 களில் மீட்சியில் வெளிவந்த ஒரு மலையாள கவிதை. ஜான் ஆப்ரகாம் மறைவுக்குப்பின் பாலச்சந்திரன் சுள்ளிக்காடு எழுதிய

“எங்கே ஜான்” என்ற (தகவல்கள் சரியாக இருக்க வேண்டும்) அக்கவிதையின் உணர்ச்சிப்பிரவாகமும் சொல் தேர்வும் சரளமும் அன்றைய நாட்களில் பற்பல முறை அதை வாய்விட்டு வாசித்து கொண்டிருக்கச் செய்தது. அக்கவிதையை வாசித்து வசியமானோர் எவரும் இக்கவிதையும் அதற்கொப்பானதாக உணரமுடியும். மறைந்த நண்பரை வாசனா தியாக உணரும் சூரர்பதிக்கு அவ்வமயத்திலும் சேறு, ரொட்டி, வியர்வை என நேர்மணங்களாயும், மூத்திரம் அழுகியப் பழம் ஆகிய எதிர்மணங்களாயும் அவர் குணத்திற்கேற்பவே இருமைப்பட்ட உணர்வுகளாகவே வெளிப்பட்டிருப்பதையும் கூறவேண்டும். இக்கவிதையை முன்னுரைக்காகவென தொகுத்து அனுப்பியபோதே முதன்முதலாக வாசித்தேன். பின்பு என் மனமொத்த நண்பர்கள் சிலருக்கு இக்கவிதையை செல்பேசியில் வாசித்துப் பெருமைப் பட்டேன். நான் பழனிவேள் மற்றும் வே.பாபு இருவரையும் கடைசியாகச் சந்தித்தது சூரர்பதி வீட்டு சுப நிகழ்வு ஒன்றில். அவரது வீட்டருகே நன்றாகப் பழுத்திருந்த அத்திமரத்தடியில் குழாமாகப் பேசிக்கொண்டிருந்ததை இக்கவிதைபற்றிப் பேசும் இப்போது பகிரத் தோன்றுகிறது. வே.பாபுவும் பழனிவேளும் சூரர்பதிக்கு மூத்தவர்கள்; முன்னோடிகள். அவர்கள் எழுத ஆசைப்பட்ட எல்லாவற்றையும் சூரர்பதி எழுதட்டும் என்று ஆன்மாவாக அவர்கள் ஆசிர்வதித்திருப்பார்கள் என்றே தோன்று கிறது.

பூக்கடையில் அமர்ந்திருந்த அனிச்ச மலர்
(வே. பாபு கவிதைகள் முன்னுரை)

என் அன்பு பாபு,
தெய்வத்திருவாகிவிட்ட உன்னை வணங்குகிறேன். எங்களிடமிருந்து நீ நிரந்தர விடைபெற்ற அன்று நான் திரு மயத்திலிருந்து திரும்பிக் கொண்டிருந்தேன். நாமக்கல் வருகை யில் கடுமையான தலைவலி. இத்தனைக்கும் காரில் ஏசி கூட போட்டிருக்கவில்லை. இயல்பாக இப்படியெல்லாம் தலை வலிக்கு ஆட்படுபவன் அல்ல நான். டீ அருந்த வேண்டி எங்கேயேனும் நிறுத்தச் சொன்னேன். சேலம் போய்விடலாம் என்ற டிரைவர் பெரியார் பல்கலைக்கு முன்பாக எங்கோ நிறுத்தியிருந்தார். தலைவலியில் சேலம் கடந்ததைக் கூட அறியாது கண்மூடிக் கொண்டிருந்து விட்டேன். தேநீர் பருகிய தெளிவில் அணைத்து வைத்திருந்த செல்லை இயக்க மனோன்மணியிடமிருந்து அழைப்பு. உன் பிரிவுச் செய்தியை நான் அதிர்ச்சியடையாதவாறு சொல்லியிருக்கிறார். அல்லது அதற்குள் நான் மரத்துப்போய்விட்டிருந்தேன். அய்யோ உன்னை நினையாமல் சேலத்தைக் கடந்துவிட்டிருந்தேனே. அதனால்தான் அவ்வளவு அழுத்தமாக அன்று உன்னை ஞாபகமூட்டினாயா பாபு. மீண்டும் மன்னிப்புக் கோருகிறேன்.

முன்பும் மதுக்குவளை மலருக்குப் பின்னான கவிதைகளை அடுத்த தொகுப்பாக்கும் எண்ணத்தைத் தருமபுரி சூரர்பதி வீட்டு நிகழ்வின்போது தெரிவித்தாய். என் கருத்தை அறிய கவிதைகளை அனுப்புவதாய் சொல்லிச் சென்ற நீ மெயிலில் அனுப்பிய கையோடு ஒரு முன்னுரையும் கோரினாய். சரி என ஒப்புக்கொண்டவன் எதற்கோ சுத்தமாக மறந்துவிட்டிருந்தேன். ஈரோடு புத்தகவிழா மணல்வீடு நிகழ்வுக்குச் சென்று திரும்பிக் கொண்டிருந்த தருணத்தில் என் கட்டுரைத் தொகுப்பைக் கொண்டுவரும் பணியை தொடங்கிவிட்டிருந்த நீ மேலும் கட்டுரைகளின் நகல்களை நான் அனுப்புவது குறித்துக் கேட்டுக்கொண்டிருந்தாய். உன் ஆர்வத்தையெல்லாம் தாண்டி என் அசிரத்தையாலே அது தாமதப்பட்டு வந்தது. அப்பயணத்தில்

என் கவிதைகளையும் கண்டராதித்தன் கவிதைகளைக் கொண் டுவந்தவாறு மறுபதிப்புச் செய்யும் ஆர்வத்தை மீண்டும் வெளிப்படுத்தினாய். கவிதைகள் குறித்து வந்த பேச்சுக்கிடையில் ஒரு முகஸ்துதியைப் போலவோ என்னவோ நீ அனுப்பிய கவிதைகளும் கோரிய முன்னுரையும் திடீரென நினைவுக்கு வந்தது. பதற்றப்பட்டு என் மறதிக்காக அன்று மன்னிக்கக் கேட்டிருந்தேன். ஆ... பாபு அந்த மறதியெல்லாம் இதற்காகத்தான் போலிருக்கிறது. இதோ இப்போது இந்நிலையில் இவ்வாறு உன் மொத்தக் கவிதைகளின் தொகுப்புக்காக நான் எழுதிக் கொண்டிருக்கும் இந்த முன்னுரைக்காகத்தான் போலிருக்கிறது. ஏன் பாபு, நீ என்னை ஞாபகம் கொண்டிருந்தவாறு நான் உன்னை நினைவில் வைத்திருக்கவில்லையோ. கண்ணீரில்லாமல் இதை எழுதிமுடிக்க வேண்டுமெனத்தான் ஆரம்பித்தேன் பாபு...

கணையாழி கவிஞர் எனக் குறிப்பிட்டு 2004 வாக்கில் உன் சந்திப்புக்கு ராணிதிலக்தான் வித்திட்டிருந்தான். நானே சேலம் வருவதைக் கடிதம் வழி தெரிவித்து உன்னைத் தாள்திருத்தும் மையத்துக்கு சந்திக்க வருமாறு பணித்திருந்தேன். இதேபோன்ற நவம்பர் (அ) டிசம்பர் மாலையில்தான் நீ என்னை சந்திக்க வந்தாய். உன் கவிதை வரிகளோடு பொருந்த அதை இவ்வாறு வருணித்துக் கொள்கிறேன். நாற்பத்து நான்கு ஆண்டுகள் ஆயுட்காலம் கொண்ட பறவை அதனுடைய முப்பதாம் ஆண்டில் என் தோளில் வந்து அமர்கிறது. அன்று மாலை தொடங்கிய சந்திப்பு நீ சிதையில் எரிந்த மாலையோடு அணைந்துவிட்டதா என்ன?

நாம் இருவருமே குறைவாகக் கவிதை எழுதுபவர்கள். அதிலும் நம் கவிதைகள் குறித்து (பிறர் கவிதைகளை பேசிய அளவுக்கு) அதிகம் பேசிக்கொள்ளாதவர்கள் என்பதே என் ஞாபகம். எப்போதாவது இதழ்களில் வெளிவந்து ஏதேச்சையாக பார்க்க நேரும் நம் கவிதைகள் குறித்து அடுத்த அழைப்புகளில் அபிப்ராயமாகப் பகிர்ந்துகொண்டிருக்கிறோம் அவ்வளவே. ஆனாலும் பல்வேறு நூல்களுடன் இணைத்து நடத்திய மதுக்குவளை மலர் வெளியீட்டு விமர்சனக் கூட்டத்தில் பேச அழைத்திருந்தாய். உன் கவிதைகள் குறித்து என் கருத்தென்ன என்றறியும் திட்டம்? நான் அவ்வளவு சிறப்பாக அன்று பேசி-

விடவில்லை. பின் சந்திப்பில் 'ஒரு புத்தகம் என்னைப் பெரிதாகப் பாதிக்கவில்லையெனில் அதைப்பற்றி உற்சாகமாகப் பேச முடிவதில்லை' என உன்னைச் சமாதானப்படுத்தும் வண்ணம் கூறியதை நீ உன் மர்மமான புன்னகையால் எதிர்கொண்டாய் பாபு.

அத்தொகுப்பின் 'அம்மு'வை ஆதாரமாகக் கொண்ட கவிதைகளை 'டைரி' ரகமான கவிதைகளாகக் கணித்திருந்தேன். உதிரியாக வாசிக்கையில் தனிப்பட்ட உறவுநிலைக் கவிதைகளாகத் தோன்றிய அவை தொகுப்பாக வாசிக்கையில் அவற்றுக்கிடையே ஒரு தவிப்பான தொந்தரவுக்குள்ளான மனோநிலை துலக்கமாகி-யிருந்ததை உணர்ந்திருந்தேன். ஆனால் அவை கொண்டிருந்த காதல் கவிதைகளின் சாயல் அப்போதைய என் மதிப்பீட்டில் அவற்றுக்கெதிரான மனநிலையை உருவாக்கியிருந்தது. ஆனாலும் உன் கவி உலகத்தையும் மன உலகத்தையும் தீர்மானித்துக் கொண்டிருந்த 'அம்மு' என்கிற மையம் எனக்கு உறைத்தது. அப்போதுதான் முதன்முதலில் 'யார்தான் பாபு அந்த அம்மு' என நேரிடையாக உன்னை வினவுகிறேன். ஒருவரை வரவேற்கும்போதும் விடைதரும்போதும் தழுவலுக்குப் பின் விரிந்த கண்களோடு வெளிப்படும் உன் அதே புன்னகையை மட்டும் பதிலாக அளித்தாய். பிறகு எழுதப்பட்ட 'நகுலனும் பாபுவும்' கவிதையிலும்கூட அம்முவை இன்னும் மர்மமாக்க சுசீலாவோடு கோர்த்துவிட்டுச் சென்றிருக்கிறாய்.

கவிதை எழுதுவது, இலக்கிய நிகழ்வுகளை ஒருங்கிணைப்பது, தக்கைச் சிற்றிதழை சாகிப்கிரான் உள்ளிட்ட நண்பர்களோடு முன்னெடுத்து பதிப்பகமாக விஸ்தரித்தது என்பதோடு மட்டுமல்லாமல் ஒரு சமூகப் பிரக்ஞையாளனாகவும் ஓர் ஆளுமை உனக்குண்டு. தொடக்ககால தக்கை வெளியீடுகளின் தடயம் அதைக் காட்டும். அதே சமூகப் பிரக்ஞையின் நீட்சியாக ஈழப்படுகொலை, தாமிரபரணி படுகொலை, வர்க்க முரண், விவசாய அவலம் என்றெல்லாம் உன் அக்கறை சமூகக் கவிதைகளாக உருவெடுப்பதில் அடைந்த தோல்வியை 'இம்மாதிரி கவிதைகளை நான் வெறுக்கிறேன்' என விமர்சித்திருந்தேன். அதனாலேயே பின்னாட்களில் எழுதிய கவிதைகளில் அத்தகைய பார்வையை முற்றாகத் தவிர்த்துக்கொண்டாய் போலும்.

இவற்றையெல்லாம் கடந்து உன் கவிதைகள் தனித்துவம் கொண்டவை. அவை ஒரே நேரத்தில் தக்கையைப்போல் மிதந்தும், முள்முனை போல நுண்ணியதாய் மூழ்கியும் இருந்து தூண்டில் வேலையைச் செய்கிறது. தொண்ணூறுகளுக்குப் பிந்தைய புனைவு கவிதைகளின் பெருக்கத்தால் அரிதாகிப் போன சுயானுபவமும், உணர்வுக் கொந்தளிப்பும், வாழ்வியல் சார்ந்து கழிவிரக்கமும் கொண்ட பொருண்மைகள் தூண்டி லில் இரையாகக் கோர்க்கப்பட்டுள்ளன. குறிப்பாக உன் கவிப்பார்வைக்கு அகப்பட்டதெல்லாம் அல்லது அது தேடி கண்டு உழன்றதெல்லாம் அல்லது அது தஞ்சமடைந்தது எல்லாம் தம் இருப்பை மரணத்துக்கு அருகாக உணர்ந்தவர்கள் அல்லது மரணமாக நிகழ விழைபவர்கள். உன் கவிப்பார்வையே வாழ்க்கைக்கான வழிகாட்டியானதால் நீயும் அத்திசையிலேயே பயணப்பட்டு சென்றிருக்கிறாய் பாபு. பரிதவிப்பு மிக்க, அரவணைப்பை நாடுகிற, பிறர் எவராலும் எளிதாக அடை யாளங்காண முடியாத, கண்டாலும் கண்டுகொள்ளாமல் தவிர்த்து விலகிக் கொள்கிற துர்பாக்கியம் கொண்ட நிராதரவுத் தருணங்கள் உன்னை ஈர்த்துக் கொண்டிருந்தன போல.

சற்றுமுன் இறந்தவன் சட்டைப்பையில் ஒலிக்கும் செல்போன், மின்சாரக் கம்பியிலிருந்து கீழே விழும் பறவை, மரணத்தை ஏற்ற குழந்தை, இறந்த வண்ணத்துப்பூச்சியை இழுத்துச் செல்லும் எறும்புகள், பௌர்ணமி இரவில் அம்முவை கூட்டிச் சென்ற பிணவறை வாசல், விடிந்து நெடுநேரமாகியும் திறக்காத கதவு, தார்ச்சாலையில் கால்களில் மிதிபடும் ஒற்றை ரோஜா, ஒப்பாரிக்கு மத்தியில் அம்மாவின் உடல், கணவனின் சந்தேகத்தால் தற் கொலையுண்ட இளம்மனைவி, நள்ளிரவு பயணத்தில் சந்திக்கும் சகோதரனை இழந்தவன் என இவையெல்லாமே மரணம் என்ற ஆபரணத்தில் கற்களுக்குப் பதிலாக பதிக்கப்பெற்ற சர்ப்பத்தின் உயிரோட்டமுள்ள நிஜக் கண்கள். கட்டிங்கை தண்ணீரில்லாமல் ஒரே மடக்கில் குடிப்பவரை, கைவிலங்கோடு இருக்கும் கணவனைக் குழந்தைக்கு அடையாளங்காட்டும் தாயை, இரண்டு இட்லிக்காக 32 மிஸ்டு கால் தருபவரை, தான் ஒரு நல்ல ஓட்டுநர் இல்லையென விடிய விடிய அழுது கொண்டிருப்பவரை, பேருந்தைத் தவறவிட்டு மாலைப் பையை வைத்துகொண்டு பெருங்குரலெடுத்து அழுகிறவளை என இவர்களையெல்லாம்

அருகிருந்து கண்ட உன் ஆன்மா எப்படி அமைதியாக இருந்திருக்க முடியும். இவை வெளிப்படையான காட்சிப்பதங்களே ஆயினும் கூர்மையாக, படிமங்களின் தீவிரமான உணர்வை வாசகனுக்குள் நிகழ்த்திவிடக்கூடியவைதாம்.

'ஒரு காலத்தில் உயரத்தில் இருந்தவர்கள்' கவிதை வாழ்ந்து வீழ்ந்தவரைப் பற்றியதுதான். அக்கவிதையின் இறுதியில் தனிமையின் தழுவலில் சதா உழன்றிருந்த நகுலனை உயரத்திலிருப்பவராய் தரிசித்திருப்பாய். 'நானூறு வருடங்களுக்கு முன்னால் நானொரு சிற்றரசன்' என உன்னை எப்படி உணர்ந்துவிட்டிருந்தாயோ அப்படிப் போலத்தான் இதுவும். கவிஞர்களையும் எழுத்தாளர்களையும் அவ்வப்போது ஒன்று திரட்டி இலக்கியத்தைப் போஷித்த உன் ஆளுமையும் அர்ப்பணிப்பும் புலவனாயும் புரவலனாயும் ஆன சிற்றரசனுக்கு இணையானதுதான். என்ன, கொஞ்சம் ஏழ்மை பீடித்த சிற்றரசன். சிவா லாட்ஜும் அகன்று எப்போதும் திறந்தே இருந்த அவன் அரண்மனைக்கு நிகரானதுதான். வந்தவர்களுக்கு 'விரும்புவன பேணி ஆனா விருப்பின் (பாம்பு வெகுண்டன்ன தேறல் நல்கி) தான் நின்று ஊட்டி' உபசரித்த உன் இருப்பு இன்றைய உன் இன்மையால் உதிரும் தறுவாயில் கிடைத்த அபூர்வ மலர் எனத் தோன்றுகிறது. நடைமுறை வாழ்விலும் நீ பூக்கடையில் அமர்ந்திருந்த அனிச்ச மலர் ஆயிற்றே. அதனால்தான் பாபு, நாங்கள் இன்று 'கழிந்தோர் தேயத்து அழிபடர்உறீ ஒழிந்தோர் புலம்பிய கையறுநிலை' யில் நிற்கிறோம். 'உலகின் ஆகச்சிறந்த சுதந்தரவாதி' யென நீ உன் போக்கில் பயணமாகிவிட்டாய். அதோ 'மௌனத்தின் நிழல்களில் நடந்து போகிறாய்'. இருக்கும்வரை 'பறவை என பறவைகளுக்கு உணர்த்துவது' போன்று எங்களுக்கெல்லாம் எங்களை உணர்த்திக் கொண்டிருந்தாய். தொடர்ந்து பேசிக்கொண்டிருந்தாய். கடைசியாய் நான் உனக்கு வாசிக்க அனுப்பிய என் கவிதை 'மறைந்தவர்'. அதில் மறைந்த 'ஞானக் கூத்தன்' என்னை அழைப்பதாய் பாவித்து அதிர்ந்த அனுபவம் பொருளாகியிருந்தது. அக்கவிதையில் என்னோடு அடிக்கடி பேசும் நண்பர்களின் அரிதான பட்டியல் இருந்தது. அதில் கடைசி பெயர் உன்னுடையது. நீ இனி அழைக்கப்போவதில்லை. ஆனால் இதோ உன்னுடன் தொடர்ந்து பேசிக்கொண்டிருப்பதற்கான சந்தர்ப்பத்தை உன் கவிதைகள் தந்திருக்கின்றன.

ஆமாம் பாபு... பிரியம் நிறைந்த 'அது' நிறைந்த கோப்பையை அருந்தி முடித்துவிட்டாய். அருந்தி முடித்தபின் அம்முவுக்குப் பிடித்தமான தாமரைப் பூ மலர்ந்திருக்கும் என்று எழுதிச் சென்றாய். மலர்ந்து விட்டதா? உயரத்திலிருக்கிறாய், பார்த்துச் சொல்லேன்.

றாம் சந்தோஷின் “சொல் வெளித் தவளைகள்”

(பின்னட்டைக் குறிப்பு)

‘றாம் சந்தோஷ்’ புனைந்து கொண்ட பெயரிலேயே தன் பின் நவீனத்துவச் செயல்பாட்டைத் தொடங்கி விட்டிருக்கிறார். கடந்த நூற்றாண்டின் தொடக்கத்தில் முதல் உலகப் போரை ஒட்டி மனிதகுலம் அடைந்த அபத்தத்தில் உருவான டாடாயிசத்தினரைப் போன்றே இத்தொகுப்புள் நுழைபவர்களைத் தம் ‘கழிவறைக் கோடுகள்’ கவிதை வழியாக வரவேற்கிறார். எவையெல்லாம் சமூகத்திலும் இலக்கியத்திலும் இழிவு, இடக்கரடக்கல் என ஒதுக்கப்பட்டதோ அவற்றைப் பொதுவெளிக்கும் மையத்துக்கும் கொண்டு வரும் எத்தனம்தாம் இவர் கவிஞனாக முகிழ்த்து வந்ததன் முனைப்பாகத் தோன்றுகிறது. இவரது மொத்தக் கவிதைகளும் மூன்று படிநிலைகளாகப் பரிணமித்துள்ளன. மேற்கூறிய தொடக்க உத்வேகத்தை முதலென கொண்டால் சங்க அகக் கோட்பாட்டிலமைந்த தலைவன் தலைவி கூற்றுப் பிரதி முறைமையை இன்றைய வாழ்நிலையோடு பொருத்தி வினையாடுவதும் விளையாடுவதுமானக் கவிதைகளை இரண் டாம் வளர்நிலையாகக் கொள்ளலாம். மூன்றாவதாக இவர் நிலைக்கொண்ட இடம் துணிச்சலானதும் முன் மாதிரி அதிக மில்லாத அசலானதாகும். அது பண மதிப்பிழப்பு, பாஸ்ட் புட், பேஸ்புக், பிளாஸ்டிக், நீதிமன்றத் தீர்ப்புகள், நீட், வாட்டர் பேக்கட், வீடியோ விளையாட்டு, டிஜிடல் பேனர், ஆதார், பசுப் புனிதம், உடலுறுப்பு வர்த்தகம், மது மற்றும் மருந்து வணிகம் போன்ற இன்றைய நாசக்காரப் பிரச்சனைகளையும், நவீன கவிதைகளில் அதிகம் பயன்படுத்தப்பட்டு தேய்பொருளான கடவுளுக்கு மாற்றாக கருணாநிதி, ஜெயலலிதா, மோடி, ரஜினி காந்த், நித்யானந்தா... போன்ற இன்றைய பிம்பக் கடவுள்களைப் பாடுபொருளாக்கிக் கொண்டிருப்பது. பின் நவீனத்துவக் கோட்பாட்டிற்கு அணுக்கமாகவும், கவிதைகளில் உருவாகி யிருக்க வேண்டிய கலைத்தன்மை குறித்த கவலையேதுமின்றியும் வெளிப்படையானப் பகடி விமர்சன சொல்லாடலில் இவை எவ்வாறு கவிதைகளாகியிருக்கின்றன என்பதுதாம் இத் தொகுப்புக் கவிதைகளின் சுவாரஸ்யம்.

தி.கு. ரவிச்சந்திரனின் “துளியின் துளித்துளி”

(பின்னட்டைக் குறிப்பு)

‘ஒவ்வொரு நிகழ்விலும் அறிவியல் அளவு கவிதை ஒளிந்துள்ளது’ என உணர்ந்த நுண்ணியப் பார்வையின் கண்டுபிடிப்புகள் இக்கவிதைகள். உளப்பகுப்பாய்வு அறிஞராகத் திறனாய்வுலகில் நன்கு அறியப்பட்ட நண்பர் தி.கு.ரவிச்சந்திரனின் ஆளுமை, அடிப்படையில் கவிதையில் இருந்து முகிழ்த்தெழுந்தது. அப்துல் ரகுமானின் பயிற்சிப் பாத்தியில் எனக்கு முன்னோர் ஆன இவர் ஒரு வகையில் கவிதையின் பால்யத்தில் என் ஏகலைவனுக்குத் துரோணாச்சாரி. ‘ஒரு கவிதைகூட இன்றி இந்த வாரம் கழிந்து போய்விடக் கூடாதெனப் பதறும்’ மென்மனதிற்கே ‘இலையில் வீழும் தூசியின் சப்தம் இடியாய் கேட்கும் பேரமைதி’யை உணர வாய்க்கும். கவிமனத்துள் மினுங்கிக் கொண்டிருக்கும் பூர்வ ஞாபகங்களின் கவியாளரான இவரளவிற்கு நுட்பமான சொற்பிரயோகத்தையும் சரளமான நடையையும் கவனத்துடன் கையாள்பவர்கள் இன்றைய கவிஞர்களில் மிகக் குறைவு. மொழி விளையாட்டாகவும் கடினப் பிரயோகமாகவும் உணரும் தருணங்களைக் கூர்ந்துணர, இலகுவும் அர்த்தச் செறிவும் கூடுகின்றன. தன்னுள் சதா உரையாடும் பிரத்யேகமான அவரது நங்கையின் நடமாட்டம் நிகழும் கவிதைகள் வாசகப் பொதுமை அனுபவமாகி அழகியல் இன்பத்தைக் கூர்மையாக்கித் தருகின் றன. நவீனத்துவத்தின் அழுத்தமான அடையாளத்தைக் கொண் டுள்ள இக்கவிதைகளில் சிலவற்றின் பின்நவீனத்துவத் திமிறல் அடுத்த கட்ட வளர்வை நோக்கி இவர் பயணிப்பதை உறுதி செய்கிறது. இந்த முதல் தொகுப்பு மூலம் அனுபவ சாரத்திலும் தத்துவ விசாரத்திலும் முதிர்ந்த கவிஞராக நம்முன் பரிணமிக்கவே செய்கிறார். பெரும்பாலான கவிதைகளின் கைப்பிரதிக்கு ‘முதல்மை’ வாசகனாக உடனிருந்த என்னளவிற்கு இத்தொகுப்பின் வரவையும் வரவேற்பையும் வேறு யாரும் எதிர்ப்பார்க்க முடியாது.

மு. முகம்மது அலி ஜின்னாவின் “நாக்குத் தொட்டில்”

(முன்னுரை)

1

நாம் நம் பிள்ளைப் பிராயத்தில் கண்ட கிராமியம் இன் றில்லை. அதே கிராமங்களில்தான் நாம் தொடர்ந்து வாழ்ந்து கொண்டிருக்கிறோம்; எனினும் இவை அன்று நாம் வாழ்ந்த கிராமங்களில்லை. நம் இளம்பருவத்துக் கிராமங்களும் நம்மைப் போலவே நாகரிக மூப்படைந்து விட்டன. இன்றைய குழந் தைகள் நாம் குழந்தையில் கண்ட அந்தக் கிராமங்களை இனி ஒருபோதும் காண வாய்ப்பில்லை. மண்தெரு, விளை யாட்டுகள், திண்ணைகள், திருவிழாக்கள், தெருக்கூத்து, பாரம் பர்ய உடைகள், உணவுகள் யாவுமே அருகி வருகின்றன. இதனூடே தாலாட்டு, பழமொழிகள், நடவுப் பாடல்கள், ஒப்பாரி இவற்றையும் இணைத்துக் கொள்ளலாம். இவற்றுக்கு மாற்றாகத் தார்ச்சாலைகளும், கிரிக்கெட்டும், தொலைக்காட்சி அறைகளும், திரையரங்குகளும், திரைப்பாடல்களும் முன்னிறுத் தப்பட்டுள்ளன. சாந்துப்பொட்டு ‘ஸ்டிக்கர் டாட்ஸ்’ களானது போலத் தாலாட்டு இன்று சினிமா பாடல் மெட்டுக்களாகியுள்ளன.

கடந்த பத்தொன்பது நூற்றாண்டுகளில் சிறுகச் சிறுக மாறிவந்து நிலைத்திருந்த கிராமங்கள் இந்த நூற்றாண்டின் தொடக்கத்-திலிருந்து அதிரடி மாற்றத்திற்குள்ளாகியுள்ளன. இதற்கான அடிப்படைக் காரணம் அறிவியல் கண்டுபிடிப்புகள்தான். நவீன கண்டுபிடிப்புக்கள், நாகரிக வளர்ச்சி என மெச்சிக் கொள்வதைக் காட்டிலும் ஆத்மார்த்தமான கிராமிய மனங்கள் இவற்றைக் கண்டு அச்சப்படத்தான் செய்யும்.

வயல்வெளி சார்ந்த கிராமங்கள் இன்று பலவற்றை இழந் துள்ளன. வயலுக்கு நீரிறைக்கும் கவலைக் கிணறுகள், ஆயில் எஞ்சின் அல்லது ‘பம்ப்செட்’ கிணறுகளாய் உருமாறி-விட்டன. கவலைக் கிணற்றின் இராட்டின ஓசைக்குப் பதிலாக ஆயில் எஞ்சினின்’ இயந்திரப் பேரோசை ஓங்கி ஒலிக்கிறது. ஏருழும் அமைதி டிராக்டர் சப்தமாக அதிர்கின்றது. வயல்

வெளியினூடாக முளைத்துள்ள காங்கிரிட் மரங்களின் மின் கம்பிகளில்தான் பெரும்பாலான பறவைகள் ஓய்வெடுக்கின்றன; தூக்கணாங்குருவிகளும் கூடு கட்டியுள்ளன.

கவலை என்கிற இயற்கையுடன் இயைந்த விவசாய நீரிறைக்கும் அமைப்பு இன்று அழிவு கண்டுவிட்டது. அத்தோடு அதைச் சாத்தியமாக்கிய பல உபகரணங்களும் காலாவதியாகியுள்ளன. தோல்சால், இரும்புச்சால், வடக்கயிறு, தொண்டலக் கயிறு, பூட்டாங்கயிறு, இராட்டின வண்டி, பிளிஸ் கட்டை, முட்டுக் கொம்பு, குத்துக்கால், தோரணப் பலகை, தண்ணித் தொட்டி, தொளக்குழி, பாரி, அதில் முன்னிழுத்துப் பின்பாக நகர்ந்து வரும் காளைகள், அதன் கோமியத்தடம்... இவற்றைப் பரிச்சயமாகக் கொண்ட ஒருவர் தம் நினைவுக்குள் இவற்றையெல்லாம் கொண்டுவந்தால் உணர்ச்சிப் பெருக்குக்கு ஆட்பட்டவராகி விடக்கூடும்.

நேற்று நம் வாழ்வோடு அங்கமாக விளங்கிய இவையெல்லாம் இன்று காணக்கிடைக்காத அபூர்வங்களாகி விட்டன. இனிவரும் சந்ததிக்கு இவற்றைப் பற்றியெல்லாம் தெரிவிக்க விரும்பினால் நாம் மியூசியத்திற்குத்தான் சென்றாக வேண்டும். நாகரிக நகரம் கிராமங்களை அழித்தழித்து அதன் இயல்பை மியூசியத்தில் அபூர்வமாக்கி நமக்கே காட்டும் அபத்தங்கள் நிகழ்ந்து கொண்டுள்ளன.

இவ்வாறு நிலைத்த அமைப்புகளாக விளங்கியவை நிலை தடுமாறிப் போயுள்ளதை நாம் இழப்புணர்வோடும் ஏக்கத்தோடும் நினைவுகூர்கிறோம். இச்சூழலில் நிலைத்த வடிவமற்ற வாய் மொழி இலக்கியங்களான நாட்டார் இலக்கியங்களையும் அதன் ஓரங்கமான தாலாட்டுப் பாடல்களையும் பற்றி மிகத் தீவிரமாக உரையாட வேண்டிய சூழலில் நாம் நிற்கிறோம். அத்தகையதொரு உரையாடலின் முனைப்பை தான் பேராசிரியர் முனைவர் மு.முகம்மது அலி ஜின்னா அவர்கள் நாக்குத் தொட்டிலாக முன்வைத்துள்ளார் எனலாம்.

2

வாய்மொழி இலக்கியங்களில் முக்கியமானதொரு இடத்தைத் தக்க வைத்துக் கொண்டதெனத் தாலாட்டைக் குறிப்பிடலாம்.

குழந்தையொன்று கருவறையின் ஆழ்ந்த மௌனத்திலிருந்து இரைச்சலான இவ்வெளி உலகிற்குள் அழுகையோடு பிரவேசிக் கிறது. அந்த அழுகையை நிறுத்தி - அமைதிப்படுத்தி- கனவுகள் மலரும் தூக்க வனத்திற்குள் அழைத்துச் செல்லும் அதி- வினோதப் பணியைத் தாலாட்டு மேற்கொள்கிறது. இதுபோன்றே இப்பெரிய உலகவாழ்வின் புதிர்களில் சிக்கித் திணறி ஓய்ந்த மனித உயிர் மரணமெனும் பேரமைதியினுள் நுழையும் இறுதிக் காலத்தில் ஒப்பாரி எழுகின்றது. தாலாட்டு அழுகையைச் சாந்தப்படுத்தும் மெல்லோசையாகவும் ஒப்பாரி அழுகையாகவே பீறிடும் ஆவேசமாகவும் தோன்றுகின்றன. இரண்டுமே பெண் களின் உணர்வு மனத்திலிருந்து வெளிப்படுபவை என்பது கவனிக்கத்தக்கதாகும். இன்றைய எழுத்துவழிப் படைப்புலகில் பெண்களின் இடம் மிகச் சிறுபான்மையாக இயங்குகிறது. இதைச் சமூகக் காரணங்கள் பலவற்றை முன்னிறுத்திச் சமாதானம் செய்துவிடலாம். ஆனால் இயல்பான உணர்வுமனம் கிளப்பும் பாடல் வடிவான வாய்மொழி இலக்கியங்களில் பெண்களே அதிகம் பங்கு பெற்றுள்ளார்கள். கதை கூறுதலிலும் பாட்டிக்கும் அம்மாவிற்கும் அடுத்துத்தானே தாத்தாவும். அப்பாவும்.

யாரோ ஒரு தாய் தன் குழந்தையை அழுகையிலிருந்து மீட்கும் கருணையின் பரபரப்பில் தன் இதயத்தை இளக்கி இசையாகப் பெருகச் செய்கிறாள். அதில் அவள் ஆழ்மனப் பதிவுகள் மொழியாகி இணைந்து ஒலிமாலையான தாலாட்டாகிறது. இதை அருகாமையிலுள்ள பெண்கள் ஈர்ப்புடன் கேட்பதன் மூலம் பாரம்பரியமாகப் பரவிப் பெருகுகிறது. இதுவே ஞாபகமாகவும் மறந்துபோன பகுதிகள் கேட்பாரின் கற்பனையாகவும் பிணைந்து வடிவம் மாறிமாறி நிலைக்கும் தன்மையுடையதாகக் காலங்காலமாகத் தொடர்கிறது. ஒரு பாடல் தோன்றிய காலத்- திலிருந்தவாறு இன்று இருக்க வாய்ப்பில்லை. அது பாடப்பெறும் சந்ததியின் நிகழ்காலச் செய்திகளையும் உள்வாங்கிக் கொண்டு காலந்தோறும் மெருகேறிக் கொண்டே வருகிறது.

இதை நூலாசிரியர் ஓரிடத்தில் விளக்கியவாறு 'எவரால் எக் காலத்துப் புனையப் பெற்றன என்ற விளக்கம் ஏதும் இல்லாத இயல்பான நித்தியத்தன்மை பெற்றிருக்கும் இவ்வாய்மொழிப்

பாடல்கள் தற்காலத்து வழக்குப் பெறினும் பழமையானவை; முன்னைப் பழமையாயினும் புதுமையானவை' என்றும் விளங்கிக் கொள்ளலாம்.

3

தாலாட்டுப்பாடல்கள் ஆண் குழந்தைகளுக்கானவை, பெண் குழந்தைகளுக்கானவையாக உள்ளதைக் காண்கின்றோம். சில இருவருக்குமே பொருந்தக் கூடியவை. ஆண், பெண் இரு பாலரையும் தாலாட்டத் தக்கவாறு சமயத்திற்கு மாற்றிக் கொள்ளும் பொதுத்தன்மை கொண்டவனவாகவும் தாலாட்டுக்கள் கட்டப்படுகின்றன. இத்தொகுப்பில் தொகுக்கப் பெற்றுள்ள 20 பாடல்களில் 13 பாடல்கள் ஆண் குழந்தைகளுக்கானவை; 5 பாடல்கள் பெண் குழந்தைகளுக்கானவை; இரு பாடல்கள் இருவருக்கும் பொதுவானவையாக உள்ளன. தாலாட்டைப் பாடக்கூடியவர்கள் பெண்கள்தாம் எனினும் ஆண் குழந்தை களுக்கான பாடல்கள் அதிகமாக இருப்பது ஆச்சர்யமூட்டுகிறது. இதை எதிர்பால் opposite sex குழந்தையின் மீதுள்ள ஈர்ப்பாகவும், பெண் சிசுக்களின் மீதான ஒரு வெறுப்புணர்வாகவும் புரிந்து கொள்ளலாம்.

4

தாலாட்டைப் பாடும் தாய் அதனூடாக சமூகத்தை, சாதி களை, புராண இதிகாசப் பாத்திரங்களை, அழகான கவிதைக் கான உவமைத் தெறிப்புக்களை, படிமங்களை, தன் மென்னுணர்வை, கண்ணீரை, குதூகலத்தை, விமர்சனத்தை இணைத்துக் கூறு வதைக் காண்கிறோம் இவற்றுக்காக அவள் எங்கும் எதையும் தேடித் திரிந்ததில்லை. அறிவார்ந்த சிந்தனை வயப்பட்டிருக்கவும் வாய்ப்பில்லை. அவ்வப்போது அவள் கேட்ட உணர்ந்த விசயங்கள் மெய்மறந்து பாடும்போது இயல்பாகவே ஊறிட் டுள்ளதை உணர்கிறோம். இங்கு அவள் என்பதை ஒரு காலத்திய ஒருமையாகக் கொள்ளாமல் சந்ததியாகப் பாடிவந்த பலரைக் குறிக்கும் பன்மையாகக் கருத வேண்டும்.

5

தாலாட்டு ஒரு காலத்தினுடையதுதல்ல என்பது போலவே ஒரு சமயத்தைச் சார்ந்ததாகவோ, ஒரு சாதியினுடையதாகவோ இருப்பதில்லை. எல்லாக்காலத்தவருக்கும். எல்லாச் சமயத்தினருக்கும் எல்லாச் சாதியினருக்கும் பொதுவாய் விளங்குகின்றது. அதனால்தான் இறைபேதமின்றி சாதிபேதமற்ற பல தெய்வங்களையும், சாதிகளையும் உள்வைத்த புதுவிதப் பிரதியாகத் தாலாட்டு நிலைத்து நிற்கிறது. தொகுக்கப் பெற்றுள்ள இப்பாடல்களிலும் பரமசிவன் (பா.5). தேவேந்திரன் (பா: 5,10), திருமால், முருகன் (பா.3), காளியம்மை (பா.7,18), ஐயப்பன் (பா.11), தேவமாதா (பா.17) என இறைப்பெயர்கள் இழைந்தோடியிருப்பதைக் காணமுடிகிறது.

மாகாபாரதம் போன்ற இதிகாசங்கள் மக்களிடையே பெற்றிருந்த செல்வாக்கால், அதன் வீரதீரமான - ஆத்மார்த்தமான முக்கிய பாத்திரங்களோடு தம் குழந்தையைத் தாய் பொருத்திப்பார்க்கும் இயல்பு இருந்துள்ளது. இப்பாடல்களில் தருமர், அர்ச்சுனன், வீமன், குந்தி போன்றவர்களின் பெயர்கள் இடம்பெற்றுள்ளன.

இவற்றைப் போன்றே சாதிகளின் நச்சுவேர்களை அறுக்கும் முகமாக சாதிப் பெயர்கள், மணம் பரப்பும் உறவுகளின் மலர்களாகத் தொகுத்துக் கூறப்பட்டுள்ளன. சாதிப் பெயர்களை உறவுகளாகக் கையாண்டுள்ள விதம் மிக்க புதுமையானதாயும், உயர்வு தாழ்வு என்கிற பேதமற்ற சமநிலையை விரும்பித் துணிச்சலோடு முன்வைத்துள்ளதையும் காண்கிறோம். சாதிகளை அற்றுப்போகச் செய்யும் எதிர்பார்ப்பின் முதல் நிலையாகவே தாயின் மூலம் குழந்தைகளிடத்தில் தாலாட்டு செயல்பட முனைந் துள்ளது எனவும் கருதலாம்.

மாருகட்டித் தேனழிக்கும்
பறவனும் ஒங்கமாமன்
கூண்டுகட்டித் தேனழிக்கும்
குறவனும் ஒங்கமாமன்
காக்கா பறக்குதம்மா
அம்மாவோட பிறந்த
கரிப்பறயன் வாரதுக்கு
சிட்டுப் பறக்குதம்மா

ஒங்கப்பனொடெ பிறந்த
செட்டி வாரதுக்கு
பருந்து பறக்குதம்மா
ஒன்னொட பிறந்த
பாப்பாத்தி வாரதுக்கு.

(பா.5)

ஒங்கப்பன் கொறவனடா - ஒன்
மாமன் வன்னியரு- நீயி
வன்னியனும் இல்லையப்பா சாதியிலெ நீயி வெள்ளாளன்

(பா.15)

தேனழிப்பதையும், பறவை பறத்தலின் சகுனத்தைக் கூறுவதாகவும் அமைந்துள்ள முதற்பாடலில் மாருகட்டி- மறவன், கூண்டுகட்டி- குறவன், காக்கா- கரிப்பறயன், சிட்டு- செட்டி, பருந்து- பாப்பாத்தி போன்றவை மோனை ஓசைக்காகக் கூறப்பட்டுள்ளதாகத் தெரிந்தாலும் சாதிகளின் சாத்தியமில்லாத உறவுரீதியான இணைப்பு இன்று புதுமையானதாகவும் புரட்சிகரமானதாகவும் விளங்குகின்றது. தந்தை குறவனாகவும், மாமன் வன்னியனாகவும் கொண்ட ஒருவன் சாதியில் வெள்ளாளனாக இருப்பதான இப்பாடலின் நிகழ்காலத்தை இச்சூழலில் கற்பனையிலும் காணமுடியுமா?

6

இன்று கவிதை என வெளிவரும் பலவற்றிலும் காண இயலாத எளிமையோடும் நுட்பத்தோடும் கூடிய பல வரிகள் நாட்டுப்புறப் பாடல்களில் பாடல்களாகத் இடம் பெற்றுள்ளன. தாலாட்டுப் பாடல்களாகத் தொகுக்கப்பட்ட இந்நூலின் பலபாடல்களையும் அழகியல் பார்வையுடன் வாசித்து வருபவர்க்கு ரசனைமிக்க பலவரிகள் பிடிபடும். அதில் சிலவற்றை இங்குக் காண்போம்.

சென்பகப் பூதானோ- கண்ணே
சிவந்துவரும் சூரியனோ (பா.2)

எனக் குழந்தையின் நிறத்தோடு உவமித்துப் பேசுகையில் நமக்கு மலரின் மென்மையும் மணமும் குளிர்ச்சியும், சூரியனின் வெம்மையும் வெளிச்சமும் வருத்தலும் நினைவில் வந்து

படர்கின்றன. அடுத்து குழந்தையின் அழுகுரல் ஓசையைக் கூறுமிடத்து,

ஆசாரி வாசலிலே
ஓசையிடும் வெங்கலமே (பா.2)

என்ற உவமை, காற்றினூடாக வந்த வெண்கல ஓசை மனதின் எதிரொலிப்பாகப் பாடலில் வெளிப்பட்டுள்ள பாங்கை வியக்கிறோம்.

வெள்ளிநிலாத் தொட்டிலிலே
விண்மீன்கள் விளக்கெரிக்க
கண்மணியே நீயுறங்கு. (பா.3)

என்ற வரிகளில் தன்னுடைய மிகப் பெரிய சொத்தான குழந்தைக்கு அதன் தாய் வெளியை வீடாக்கி, வான் பரப்பைக் கூரையாக்கி, விண்மீனை விளக்காக்கி, வெண்ணிலவைத் தொட்டிலாக்கும் அன்பின் விசுவரூபத்தை உணர்கிறோம்.

ஆராரோ ஆரீரரோ அம்மா
கடலாட்டம் பூந்தோட்டம்
அடுக்குமல்லி அரும்பெடுக்க
ஆறுலட்சம் ஆனவரும் (பா.9)

பூவை விரும்பாத பெண்மனம் உண்டா? முழுப்பூவைச் சூட்டி முழுத் திருப்தி காணாத தாய், தன் மகளை, கடல் போன்ற அடுக்கு மல்லித் தோட்டத்தில் ஆறுலட்சம் யானைகள் அரும்பெடுத்து வருவதாகக் கற்பனையில் ஆறுதல்படுத்துவது எத்தனை அற்புதம்.

மாசி மழை எறங்கி
மழைமாசி தானிறங்கி (பா.11,18)

என்ற வரிகளில் மழை பெய்வதற்காக மாசி மாதத்தில், மழை மேகம் இறங்கி வருவதாகக் கூறுவதில் மாசி என்ற இருபொருள் ஒரு சொல்லின் பயன்பாட்டுத்திறன் வியக்க வைக்கிறது.

7

குழந்தையைக் கட்டளையிட்ட மாத்திரத்தில் யாரும் பெற்றுவிட முடியாது. அதுவாகவே கருவாகி உருவாகி வந்தால்தான் உண்டு. நினைத்த மாத்திரத்தில் மா, பலாவை பருவமில்லாமல் -

உண்டுவிட முடியுமா? அதனால்தான் தாய், தன் குழந்தையை அரிதாகக் கிடைக்கக்கூடிய,

மாசிப் பலாப்பழமே -எங்களுக்குப்
புரட்டாசி மாம்பழமே (பா.7)

என்று மெச்சிக் கொண்டாடுகிறாள்.

குழந்தையை எத்தனை விதமாக அழைத்துக் கொஞ்சி மகிழ்ந்தாலும் தாய்க்கு அன்பின் வேட்கை தணிவதில்லை. தாலாட்டாகப் பாடுகையில், அன்பும் அழைக்கும் சொற்களும் பெருக்கெடுப்பதைக் காண்கிறோம். இந்த இருபது பாடல்களில் அழைத்து மகிழும் விதம்தான் எத்தனை?

சேலுகெண்டை, பெரியவரால், மாதுளம்பூ, வெள்ளி நிலா ஒளி, பூஞ்செடி, செண்பகப்பூ, சிவந்த சூரியன், திருமாலின் குல விளக்கு, வெண்ணெயக் கலசம், வேலவன், மாம்பழம், அன்னக்கிளி, தேன், தினைமாவு, மருக்கொழுந்து, பூங்கொழுந்து, தென்னை, இளங்குயில், மயிலெழுதும் புத்தகம், கோலவண்டு, நீலவண்டு, மாசிப்பலா, புரட்டாசி மா, கண்மணி, பொன்மணி, வேல்மணி, கோபுரக்கிளி, சோலைக்கிளி, பூமரத்துப் பொன்வண்டு, மாடப் புறா, கட்டிக்கரும்பு, செங்கரும்பு, கன்னிநதி, மயில், வானத் துமீன், சேலத்துக் கண்ணாடி, வனமயில், சிட்டு, செடிமயில், பொன், பொருள், மாயப் பெருமாள், மாயன் மகன், தென்னை இளஞ்சிட்டு, வாழை இளங்கிளி, பன்னீர், மயிலத்து வாகனம், தங்கக்கண், மண்டபச் சூரியன்...

இவ்வாறு விதவிதமான பெயர்களொடு, விதவிதமான உவமை களோடு, விதவிதமான கற்பனைகளோடு, பலதரப்பட்ட தளத்தில் உருவான அழகும் எளிமையும் நிறைந்த தாலாட்டு, வாசிக்க வாசிக்க பலவிதப் பொருள் தரும் பன்முகப்பிரதியாக விளங்குவதைக் காண்கிறோம். எல்லாப் பாடல்களும் பன்முகப் பொருள் கொண்ட தனிமுழுப் பாடலாக அமைந்திருக்கின்றன எனக் கூறிவிடமுடியாது. ஒவ்வொரு பாடலும் பல கூறு களைக் கொண்டவையாக உள்ளதைக் காணமுடிகிறது. ஒரு பாடலில் உள்ள வரிகள் வேறு சில பாடல்களிலும் இயைந்து வருவதைக் காண்கிறோம். ஒவ்வொரு பாடலுக்கும் தனித்தனி ஆசிரியர் என்பது தலாட்டைப் பொருத்தவரை

சாத்தியமானதாக இல்லை. ஒரு சூழ்நிலையில் அல்லது மன நிலையில் பாடப்பெற்ற பகுதிகள், கேட்போரின் மனநிலை மற்றும் சூழ்நிலைக்குத்தக திரும்பப் பாடப்படுகின்றன. நிறை வுறாதபோது புதிதாக அத்தருணத்திலேயே புனையப்பெற்று இணைத்துக் கொள்ளப்படுவதாகவும் கருதலாம். இத்தனை சுதந்திரமான, வெட்டி ஒட்டிக் கொள்ளும் புதுவிதப் பிரதியாக அமைந்துள்ளதால்தான் தாலாட்டு இன்றுவரை நீடித்து நிலைத்துநிற்கும் தன்மையானதாய்த் திகழ்கிறது.

8

நாட்டுப்புறப் பாடலான தாலாட்டிற்குப் புதுக் கவிதை வடிவத்தில் விளக்கமளித்துள்ள பேராசிரியரின் முயற்சி புதுமை யானது, வரவேற்கத்தக்கது. கோனார் பாணியிலான வறட்டு விளக்கவுரையாக இல்லாமல் நாட்டுப்புறவியலில் ஈடுபாடும் அக்கறையும் கொண்ட அறிஞரின் கருத்துரைகளாக இவை அமைந்துள்ளன. மிக நுட்பமான பார்வையுடன் பாடல்களின் மேற்பரப்பிலிருந்து அடியாழம் வரை வியக்கத்தக்க வினோதமான பார்வைகளை நுணுக்கமாக அணுகி ரசனைபூர்வமாகவும், சமுகவியல் சார்ந்த ஆய்வுரைகளாகவும் வழங்கியுள்ளார். வடிவம் மாத்திரமல்லாமல் கூறியுள்ள விஷயங்களும் கவித்து வமாகியுள்ளன

தமிழ்ப்பேராசிரியர் என்பதால் தமிழ் இலக்கியங்களிலிருந்து பொருத்தமான பாடல் வரிகளையும், தகவல்களையும் ஒப்பீட் டாக்கித் தந்துள்ளார். தொல்காப்பியர், கபிலர், பெரியாழ்வார், குலசேகர ஆழ்வார், சீதை, ஆண்டாள் ஆகியோரின் பாடல் களையும் கண்ணகி, திரெளபதி போன்ற பாத்திரங்களையும் எடுத்தாண்டுள்ளார். இவை குழந்தையைப் பற்றியும், தாய் மையைப் பற்றியும் கூறுகையில் உறவுள்ள பகுதிகளாய் ஒத்து அமைந்துள்ளன.

இந்நூலின் பலபக்கங்களில் ஆசிரியரின் கவித்துவமான கருத்தின் வானவில் ரேகைகள் பலபடப் புலப்பட்டுள்ளதை அறிய முடி கிறது.

காதற் கொழுநனின்
தோலுக்கும் எலும்புக்கும் நடுவமைந்த

காமச் சூட்டுக்கு மருந்தானாள்.
மண்ணுக்குள் இரகசியமாய்
உள்ளோடிக் கலக்கும் வேரைப்போல்
காம இரவில் கணவனோடு
இளமைக்கு விழா எடுத்துப் பிள்ளைக் கனியை
வெளிப்படுத்தினாள்.

என்று குழந்தைப் பிறப்பைப் பற்றி உரைத்துள்ள பகுதியில் சங்கப் புலவர் ஒருவரையே எதிர்கொள்கிறோம்.

குருத்தெலும்பைச் சிலிர்க்க வைக்கும்
பிள்ளையின் தொடுவுணர்ச்சியால்
நெஞ்சத்தில் புத்தம் புதிய
பகல்கள் முளையிடுகின்றன

என்ற வரிகள் வாசிப்போரை சிலிர்க்கச் செய்யும் சிறப்புடன் உள்ளன.

காற்றின் வேகத்திற்கேற்ப மேகம்
எங்கெல்லாமோ திரியலாம்
நிலா அசைவதில்லை

இதே சாயலில் மற்றோரிடம்,
ரோஜாவிற்கு எத்தனை பெயர்
சூட்டினால்தான் என்ன?
அதன் மணமும் மென்மையும்
மாறவா போகின்றது.

இவ்வரிகளில் "ஜப்பானிய ஹைக்கூ"வின் கவித்தெறிப்பைக் காணமுடிகிறது.

செய்யுளிள் மட்டுமின்றி இன்று புதுக்கவிதை, உரைநடை ஆகியவற்றிலும்கூட பல்வேறுவிதமான உவமைகள் கையாளப் படுகின்றன. இந்நூலில் இடையிடையே உவமைகளைக் கையாள்வதில் திறம்கொண்ட ஆசிரியரின் கவித்துவ நடை நம்மைக் கவர்ந்து வாசிப்பை விறுவிறுப்பாக்குகிறது. அவற்றில் சில இங்கே:

நிலாத்துண்டை மார்பில் மிதக்கவிட்டது போன்ற
நினைவுடன் பச்சைக் குழந்தையை
வாழைப்பூ பிளந்தாற்போல்;

இருகையாலும் அணைக்கின்றபோது
பவுர்ணமிப் பொன்னிலாவை உரைகல்லில்
தோய்த்து உருவாக்கியது போன்ற...

ஆசையுற்ற வயிற்றுக்குக்
கூழ் கிடைத்தாலும் போதுமென்ற நிலையில்
வெண்சோறு கிட்டியது போல்;

வீசிய வலையில் உறுமீன் பட்டதுபோல்;

புலர்காலைப் பொழுதின் புல்நுனியில்
துளிர்த்துறங்கும் பனித்துளியில்
மென்காற்றுப் பேசிச் சிலிர்ப்பதுபோல்;
தும்பைச்செடியில் தூக்கிட்டதுபோல்;

கொட்டங்கச்சித் தண்ணீரில்
குபுக்கென்று பாய்ந்து
மாளத் துணிந்ததுபோல்;

மணற் பரப்பில்
பளிச்சிட்டுத் தோன்றும்
கண்ணாடித் துண்டு
ஒளித்திரலால் பளபளப்புக் காட்டுவது போல்;

காற்றுக் கரம் மேவாமையால்
அமைதியுற்றிருக்கும் ஓடை நீரில்
எற்றுண்டு வீழ்ந்த சிறுகல்
அலைச் சுழிகளைத் தோற்ற
அங்குமிங்கும் நீர்க்கரம் நீட்டி
அலைபாய்வதுபோல்

இவைபோன்ற சற்று நீண்டதான உவமைகள் கிடத்தற்கரிய காட்சிகளாகத் தாம் விளக்கும் பொருளை மேலும் தெளிவாக்கவும் உறுதிப்படுத்தவும் நேர்த்தியாகப் பயன்படுத்தப்பட்டுள்ளன. தாலாட்டு,

இறைவன் திருமுன்னர்
நின்றெரியும் சுடரில்
துலக்கமாகும் அழியாப் பேரழகின் படிமமல்லவா?

தாய் மகளுக்கும்

மகள்
தன்பிள்ளைக்குமாகப் பாடியே வழங்கியுள்ள
இத்தாலாட்டுக்கள்
பெண்ணுக்கமைந்த
தாய்ச் சீராகப் பரிணமிக்கின்றன.

தாலாட்டை அழியாப் பேரழகின் படிமம் என்றும் பெண் ணுக்கமைந்த தாய்ச்சீர் என்றும் கண்டுரைத்த விதம் இவருடைய படைப்பு அம்சத்தின் ஆற்றலை வெளிப்படுத்துவனவாக விளங்குகின்றன. மகளுக்குத் தாலாட்டைச் சீராக வழங்கிச் செல்லும் தாய்களைப் பற்றி எழுதும் இவருக்கு ஆண்டாளும் அன்னை ஆமினாவும். மரியன்னையும் இயல்பாக நினைவுக்கு வந்து அவர்களைப் பற்றியும் கூறியுள்ளது குறிப்பிடத்தகுந்தது.

“தாலாட்டில் பிள்ளைப் பாசத்தை இழைத்தே தாய் பாடினாலும் தன்னைச் சார்ந்த சமூகச் சித்திரமும் பின்னணியில் இயல்பாகப் பொருந்துவது தவிர்க்க முடியாதது என ஓரிடத்தில் விளக்கும் நூலாசிரியர் தாலாட்டைக் குறித்த கருத்துரையில் தம் சமுகப் பார்வை சிலவற்றையும் கூட்டியுரைத்திருப்பதைக் காண்கிறோம். “நால்வகை வாழ்க்கையை வருணங்களாகக் கற்பித்துப் பொருளியல் முரண்பாடுகளை ஆசையினால் தோற்றுவித்தவர்கள் மனிதநேயங்களுக்கு அந்நியப்பட்டுப் போனார்கள்” என்கிறார்.

பல சாதிகளையும் உறவு அடிப்படையில் நெருக்கமாக இணைக் கும் தாலாட்டைப்பற்றிக் கூற வருபவர். சாதிப்பெயரைப் பட்டமாகக் சூட்டிக் கொள்ள அனுமதித்த இந்தியப் பல்கலைக் கழகத்தைப் பற்றி கலாய்ப்புடன் தெரிவிக்கிறார். “சாதிகள் இல்லையடி பாப்பா” எனக் குறிப்பாகப் பெண்ணிடத்தில் - பாரதி பாடிய பின்பும் உஷா ஐயர்கள் தோன்றியதைப் பற்றியும் கவனத்துடன் கூறிச் செல்கிறார்.

“குடிக்கும் நீரைக்கூடக் குவளையில் மொண்டு அருந்தியே பழகிப்போன மனித மனங்களுக்கு விரிந்த பொருளையும் தங்களுக்காக மட்டுமே ஆக்கிக்கொள்ளும் வேட்கை வேரூன்றி-விட்டது” எனக் காணும் ஆசிரியருக்குத் தாய்ச்சீரும் மாமன் சீரும் பொருளாதாரப் பற்றாக்குறையில் சமுதாயத்தில் ஏற்பட்ட நெருக்கடி நிலையாகத் தெரிகின்றன. இவ்வாறு சமூக நிலையை

எடுத்துரைக்கும் இவருக்கு அதில் உள்ளோடி உறைந்து கிடக்கும் சடங்குகளும் நினைவுக்கு வந்துள்ளன.

"உடற்குறையுள்ள குழந்தையை எமன் தீண்டுவதில்லை யென்னும் வழக்கால் அழகிய காது மடல்களில் துளை யிடுகின்றனர். எமனை ஏமாற்றியதாகத் தம் நெஞ்சத்தின் பிள்ளைப் பாசத்தால் தம்மையே ஏமாற்றிக் கொள்கின்றனர். எமனை ஏமாற்றும் இச்சடங்கு மத்திய ஆசியாவிலும் எகிப்திலும் அண்மைக் காலம்வரை நிகழ்ந்து வந்துள்ளது" என்று உலகளாவிய ஒப்பீடாகக் காணும் பார்வை, குழந்தையின் பருவங்களில் செய்யப்படும் சடங்குகளைப் பற்றித் தாலாட்டில் பாடும் இயல்போடு வங்கத்தின் "பாரோமாசி" என்னும் வாய் மொழிப் பாடல்களைப் பற்றிய தகவலையும் தருகிறது.

ஒருவித கண்ணியமான சடங்காக நிலைபெற்ற திருமண முறை இன்று பொருளாதாரத்தை முதன்மைப் படுத்தி அவலநிலைக்குச் சென்றுள்ள அசிங்கத்தைத் தற்கால சமுகத்தின் மீதான தம் கூரிய விமர்சனமாக வெளிப்படுத்துகிறார்.

வாழ்க்கையின் கண் போன்ற
பெண்ணைத்
திருமணத்தால் பெறுவதற்கு
சீரென்றும் சனத்தியென்றும் கைக்கூலியாகப்
பெண்ணைப் பெற்றவரிடம்
பேரம் பேசுவதை எண்ணும்போது
சமுதாயப் பொருள் நோக்கு
ஆண்மையின் அடிப்புறத்தையே அரித்து விட்டதோ என
ஐயப்பட வேண்டியுள்ளது

என்று கூறி "கொழுமையான கொம்பாயிருந்து கொடி போன் றவளைத் தாங்குவதால் ஆண்மகன் கொழுநன் என்று அழைக் கப்பெற்றான். கொம்பைச் சுற்றிக் கொடி படர்வதுதானே இயற்கை – ஆனால் அவன் கொடியைப் பற்றி நிற்க எண்ணுவது சமூகக் கொடுமைதானே!" என்று சாடியிருப்பது போற்றத்தக்கது. மேலும் சில பகுதிகள் இங்கு குறிப்பிட்டுச் சொல்லியாக வேண்டும் என வற்புறுத்தும்வண்ணம் சிறப்பாக அமைந்துள்ளன. அப்பகுதிகள் அதனளவில் மாத்திரமே கூட முழுமையானவையாகவும் திகழ் கின்றன.

குழந்தையின் முகப்பொலிவைப் பெறுவதற்காக
ஒற்றைக் காலில் மலர்கள் தவமியற்றுகின்றனவா?

தாயின் மூடிய விழியோரங்களில்
பிள்ளையின் ஞாபகம் விழித்திருப்பது...

பெண்ணின் பாதத்திற்கு மலர்கூட முள்ளாகும்போது
அப்பெண் பெற்றெடுத்த பிள்ளைக்குச்
செல்லும் தடமெல்லாம் மலர்கள் விரியாதா?

பிள்ளையின் உடம்பில் ஊறும் சிற்றெறும்பைத்
தன்னுயிரில் பாய்ந்த சிற்றுளியாய்க்
கருதித் துடிக்கும் தாய்மையாலல்லவா
உலகம் வாழ்கிறது.

இவ்வாறு பற்பல சிறப்பம்சங்களுடன் கூறக்கூற கூறிக்கொண் டேயிருக்கும் நேர்த்தியோடு தாய்க்கும் குழந்தைக்குமிடையே நிலவும் அன்பின் அரூப வடிவமாகிய தாலாட்டைத் தொகுத்து கருத்தளித்து நூல்வடிவாக்கி நம்முன்னே வைத்திருக்கிறார். இத்தனை விரிவான நிறைவான விளக்கங்களைக் கூறியுள்ளவர். "நியமங்களுக்குட்படாத தன்னியல்பான ஆனந்தம்மிக்க சொர்க் கத்திலிருந்து இறங்கி வந்த பிள்ளையின் அழகை அன்பு கசிந்தொழுகும் எளிய குரலொலியால் தாய் பாராட்டும்போது அதற்கு விளக்கம் செய்யவல்லார் யார்?" எனத் திகைத்துக் கூறியுள்ளது அவருடைய தன்னடககததை வெளிப்படுத்துவதாக அமைந்துள்ளது.

"இல்லது புனைதலையே இலக்கிய உலகு கற்பனைத் திறன் என்று ஏற்றுக்கொள்ளும்போது, உள்ளது நினைத்து மனவளத் தோடு தாய்மை எழுப்பும் தாலாட்டுக் குரலை வெறுத்துவிட முடியுமா?" என நூலாசிரியரின் குரலாலேயே கேட்டு இங்கு நிறைவு செய்கிறேன்.